पहिली पावलं

वि. स. खांडेकर

संपादक
डॉ. सुनीलकुमार लवटे

AA000950

मेहता पब्लिशिंग हाऊस

PAHILI PAVALA by V. S. KHANDEKAR
पहिली पावलं : वि. स. खांडेकर / साहित्यिक आत्मकथन
संपादक : डॉ. सुनीलकुमार लवटे
'निशांकुर', रणनवरे वसाहत, राजीव गांधी रिंग रस्ता,
सुर्वेनगरजवळ, कोल्हापूर ४१६००७.

© सुरक्षित
मराठी पुस्तक प्रकाशनाचे हक्क मेहता पब्लिशिंग हाऊस, पुणे.

प्रकाशक : सुनील अनिल मेहता, मेहता पब्लिशिंग हाऊस,
१९४१, सदाशिव पेठ, माडीवाले कॉलनी, पुणे - ४११०३०.
मुखपृष्ठ : चंद्रमोहन कुलकर्णी
प्रकाशनकाल : मार्च, २००७ / पुनर्मुद्रण : जून, २०१५
P Book ISBN 9788177668193
E Book ISBN 9788184987201
E Books available on : play.google.com/store/books
www.amazon.in

मराठी सारस्वतातील पहिले पाऊल

वि. स. खांडेकरांच्या मनात तीन आत्मकथनं लिहिण्याची योजना होती– १) एका पानाची कहाणी २) पहिली पावलं ३) सशाचे सिंहावलोकन. त्यांच्या व्यक्तिगत टिपणातून हे स्पष्ट होतं. पैकी 'एका पानाची कहाणी' सन १९८१ला प्रकाशित झालं. आज 'पहिली पावलं' आपल्या हाती येत आहे. 'सशाचे सिंहावलोकन'ही पाठोपाठ येत आहे. 'एका पानाची कहाणी'मध्ये खांडेकरांनी जन्मापासून ते विवाहापर्यंतची आत्मकथा लिहिली आहे. वि. स. खांडेकरांचा जीवनकाल सन १८९८ ते १९७६ असा एकूण ७८ वर्षांचा. त्यांचा विवाह सन १९२९ला झाला. सुमारे आठ दशकांच्या आयुष्यापैकी ते तीन दशकांचे आपले जीवनच शब्दबद्ध करू शकले. तीन अष्टमांश लिहिलं, पाच अष्टमांश राहून गेलं. हा नुसता गणिती हिशोब नाही. वि. स. खांडेकरांसारख्या युगकर्त्या मराठी साहित्यिकास समजून घ्यायचं तर जीवनाचा समग्र धांडोळा घ्यायला हवा. या उद्देशानेच उर्वरित दोन आत्मकथनं मी संपादित करायची ठरवली.

'एका पानाची कहाणी' हे आत्मकथन वि.स. खांडेकरांच्या जीवन व साहित्याच्या पूर्वार्धाचा आढावा आहे. मराठी व अन्य भाषांत आजवर साहित्यिकांची जी आत्मकथनं उपलब्ध आहेत ती बरीच जीवनस्पर्शी होत. त्यात साहित्याचा आढावा हा दुय्यम भाग म्हणून पुढे येतो. विशुद्ध साहित्यिक आत्मकथन माझ्या वाचनात नाही. 'पहिली पावलं' हे मराठी सारस्वतातील बहुधा पहिले साहित्यिक आत्मकथन असावे. मराठी साहित्यिक आत्मकथनाच्या प्रांतातील हे पहिलं पाऊल. वि.स. खांडेकर हे बहुश्रुत साहित्यिक होते. ते संपूर्ण लेखक होते. साहित्याच्या प्रांतातील वि. स. खांडेकरांच्या लेखणीचा स्पर्श न झालेला प्रकार शोधून सापडणं कठीण! काय लिहिलं नाही खांडेकरांनी? कथा, कादंबरी, लघुनिबंध, रूपककथा, वैचारिक लेख, नाटक, काव्य, चरित्र, आत्मचरित्र, व्यक्तिचित्र, पटकथा, गीत, टीका, भाषांतर, भाषण, पत्र, प्रस्तावना, पुस्तक परीक्षण, संपादन, मुलाखत... किती वैविध्यपूर्ण लेखन होतं

त्यांचं! अशा साहित्यिकाने, आपण वाङ्मयाकडे का आकर्षित झालो? आपण लौकिक अर्थाने लेखक कसे झालो? आपल्या आयुष्याचा आपल्या लेखनावर कसा नि काय परिणाम झाला? हे सारं सांगायचं ठरवलं तर ती वाचकांना पर्वणीच नव्हे काय? 'कवि दिसतो कसा आननि?' अशी अनिवार ओढ प्रत्येक वाचकाच्या मनी असते, तशी लेखक लिहितो कसा? त्याची पहिली कथा, कविता कोणती? ती त्याला कशी सुचली? हे जाणून घेण्याची जिज्ञासाही चोखंदळ साहित्य-रसिकांना असते. वि. स. खांडेकरांच्या संदर्भातील अशा कुतूहलाची पूर्ती 'पहिली पावलं' हे साहित्यिक आत्मकथन करील असा मला विश्वास वाटतो.

नाही म्हणायला वि. स. खांडेकरांनी आपल्या जीवनविषयक आत्मकथनात– 'एका पानाची कहाणी' मध्ये याचा त्रोटक ऊहापोह केला असला तरी वि. स. खांडेकरांसारख्या चतुरस्त्र लेखकाच्या समग्र लेखन विश्वातील पहिली पावलं जाणून घेणं– सूक्ष्मतेने नि विस्ताराने जाणून घेणे– तेही आत्मकथनाच्या अंगानी– म्हणजे लेखक व वाचकातील तो एक प्रकारचा थेट संवादच! याला हिंदीत 'रू-ब-रू' होणं, इंग्रजीत 'Face to Face' म्हटलं जातं. आपण एखाद्या प्रांताबद्दल ऐकून असतो तेव्हा 'दुरून डोंगर साजरे' असतात. वि. स. खांडेकरांची साहित्याबद्दलची आजवरची स्थिती अशीच होती. बालपणी त्यांना लेखक या प्राण्याबद्दल कोण जिज्ञासा, कुतूहल असायचं! पण खांडेकरांचं असं झालं की समज येण्यापूर्वीच ते लेखक झाले नि त्यांना त्याच्या यातना कळू लागल्या. आपली पहिली कादंबरी कशी जन्माला आली याची 'पहिली पावलं' मधील कथा तुम्ही वाचाल तेव्हा तुमच्या लक्षात येईल, की लेखनाच्या वेदना प्रसववेदनेपेक्षा खचितच कमी असत नाहीत. साहित्यिक 'चालतोचि वाट' म्हणून मार्गक्रमण करत असतो खरा; पण परतणं, वाट बदलणं त्याला कसं अवघड होऊन जातं ते या आत्मकथनातील पहिल्या लेखात आपल्या लक्षात येईल.

माणसाचं लेखक होणं म्हणजे 'सुरवंटाचं फुलपाखरू होणं' असतं असं स्वत: खांडेकरांनीच एके ठिकाणी म्हटलं आहे. आपण लेखक कसे झालो? याबाबतचं खांडेकरांचं एक कच्चं, अपूर्ण, अप्रकाशित टिपण माझ्या खांडेकरांच्या पुनर्शोधात हाती लागलं. त्यातून लक्षात येतं की लेखक घडण्यात त्याच्या परिसराचा मोठा वाटा असतो. वि. स. खांडेकर जन्मले, वाढले सांगलीत. सांगली ही महाराष्ट्राची नाट्यपंढरी. त्यामुळे खांडेकरांनी प्रारंभीच नाटक लिहून आपल्या साहित्यिक जीवनाचा श्रीगणेश करणं स्वाभाविकच म्हणावं लागेल. देवल, कोल्हटकर, खाडिलकर, गडकरी प्रभृती नाटककारांच्या साहित्य व साहचर्यामुळे खांडेकरांचा साहित्यिक पिंड कसा पोसला गेला हे 'पहिली पावलं' वाचून समजून घेणं विलोभनीय ठरावं.

जोवर आपण साहित्यिकाचं आयुष्य जाणून घेत नाही, तोवर त्याचं साहित्य

समजणं दुष्कर असतं. साहित्याभ्यासाचा हा सार्वत्रिक सिद्धांत आहे. व्यक्ती आणि साहित्य ह्या एकाच नाण्याच्या दोन बाजू असतात. आपल्या आयुष्याचा स्वत:च्या साहित्यावर परिणाम होतो हे खांडेकरांनी प्रांजळपणे कबूल केलं आहे. 'दत्तक व इतर कथा'त खांडेकरांच्या दत्तक जाण्याचा त्यांच्या आयुष्यावर झालेला परिणाम अभ्यासणं सहज शक्य आहे. वि. स. खांडेकरांना सख्खी बहीण नव्हती. त्याचं शल्य त्यांनी 'भाऊबीज', 'आंधळ्याची भाऊबीज', 'फकिराची भाऊबीज', 'मराठ्यांची भाऊबीज' सारख्या कथांतून प्रकट केलं आहे. खांडेकरांचं सारं जीवन व साहित्य नीती, आदर्श, संस्कार मूल्यकेंद्रित कसं होत गेलं हे समजून घ्यायचं तर सामाजिक कैवाराविषयीची या आत्मकथनातील त्यांची कैफियत वाचायलाच हवी.

वि. स. खांडेकरांनी साहित्याच्या विविध प्रांतात 'पहिलं पाऊल' कसं ठेवलं त्याचा साद्यंत वृत्तांत कथन करणारे यातील लेख आपणास वि. स. खांडेकरांच्या साहित्यिक व्यक्तिमत्त्वाचा विकास समजावतील. अगदी उमेदवारीच्या कालखंडापासून ते त्यांच्या साहित्याचे विविध भाषांत अनुवाद कसे झाले इथपर्यंतचा सारा प्रवास सांगणारं हे पुस्तक. खांडेकर लौकिक अर्थाने लेखक झाले ते सन १९१९ साली. या वर्षी त्यांनी कथा, कविता, लेख लिहिले. पैकी काही प्रकाशित झाले. आपण लेखक झाल्याचं सारं श्रेय खांडेकर विविध नियतकालिके व त्यांच्या संपादकांना देतात. 'उद्यान'चे ग. वि. कुलकर्णी, 'नवयुग'चे कवी माधव व ग. त्र्यं. माडखोलकर, 'रत्नाकर' चे गोखले, 'यशवंत' चे वीरकर अशा अनेक संपादकांबद्दल खांडेकरांच्या मनातील आस्था, श्रद्धेतून त्यांचं व्यक्तिमत्त्व कळतं. मराठी मासिकांचे तत्कालीन संपादक खांडेकरांसारख्या नवोदित लेखकांना प्रकाशनाने प्रोत्साहन द्यायचे, तसेच मार्गदर्शनही करायचे. एकदा वि. स. खांडेकरांनी नाटककार स. अ. शुक्ल यांच्या 'सौभाग्यलक्ष्मी' नाटकावर चांगली ३५ पानांची टीका लिहून मासिक 'मनोरंजन'चे संपादक वसंतराव नाईक यांचेकडे पाठवली. त्यांनी ती प्रकाशितही केली. पण खांडेकरांना पत्र लिहून हे विचारायला ते विसरले नाहीत की, 'एवढा दारुगोळा खर्च करण्याइतकं हे नाटक साहित्याच्या दृष्टीनी महत्त्वाचं आहे काय?' खांडेकरांच्यातील शब्दप्रभू समीक्षक डोळस, सव्यसाची बनला तो अशा संपादकांमुळेच. वि. स. खांडेकर कादंबरीकार झाले ते भारत गौरवमालेचे संपादक गं. दे. खानोलकरांमुळे हे फार कमी लोकांना माहीत असावं. 'पहिली पावलं'मुळे वि. स. खांडेकरांच्या साहित्यिक घडणीतील अनेक अप्रकाशित पैलूंवर प्रकाश पडतो.

कविता करणं म्हणजे 'ट' ला ट, 'री' ला री जोडणं अशी सर्वांची बालपणी समजूत असते तशी ती खांडेकरांची पण होती; पण त्यांचा साहित्याभ्यास, साहित्याची जाण जशी प्रगल्भ होत गेली तसं त्यांच्या लक्षात आलं की कवितेच्या बाह्यरंग, रूपाच्या आत मोहक सुगंध दडलेला असतो. सन १९१९ ला त्यांची

पहिली कविता 'होळी' 'नवयुग' मासिकात 'कुमार' या टोपण नावाने प्रकाशित झाली होती. त्यांची शेवटची कविता कुसुमाग्रजांच्या 'कुमार' मासिकाच्या सन १९७५च्या दिवाळी अंकात 'शाप नव्हे हा' या शीर्षकाने प्रकाशित झाली होती. डॉ. अविनाश आवलगावकर यांनी संपादित केलेल्या 'वि. स. खांडेकरांची कविता' संग्रहात संकलित रचनांशिवाय अनेक रचना माझ्या संग्रही आहेत. तो ताळेबंद लक्षात घेता खांडेकरांनी दीडशेच्या घरात कविता केल्या होत्या हे सिद्ध होतं. वि. स. खांडेकरांच्या कवी व गीतकाराचा अभ्यास अद्याप झालेला नाही. तो होणे गरजेचे आहे. माणसाच्या घडणीत पुस्तके जशी महत्त्वाची भूमिका वठवतात तसे शिक्षकही. पुण्याच्या फर्ग्युसन महाविद्यालयात शिकत असताना त्यांना वासुदेवराव पटवर्धन इंग्रजी शिकवायचे. त्यांच्या प्रभावी अध्यापनामुळे खांडेकरांची कवितेविषयीची जाण सूक्ष्म व सक्षम झाली. वासुदेवराव पटवर्धन त्यांना किती प्रभावीपणे शिकवित होते याचं खांडेकरांनी या लेखात केलेलं वर्णन प्रत्येक शाळा, कॉलेजच्या स्टाफरूममध्ये फ्रेम करून लावण्याइतकं महत्त्वाचं आहे.

टीका, कथा, कादंबरी, वक्तृत्व, संपादन, लघुनिबंध, नाटक, रूपककथा, पटकथा, भाषांतर विषयक सारी 'पहिली पावलं' खांडेकरांचं एक अष्टपैलू साहित्यिक रूप आपल्यापुढे मूर्त करतात. यातून आपणास खांडेकरांच्या आचार, विचार, घडण, संस्कार, प्रभाव, वाचन, रचना प्रक्रिया इ. ची सविस्तर माहिती हाती येते. 'पहिली पावलं' मधील काही पावलं प्रकाशित आहेत तर काही अप्रकाशित. अपवादात्मक काही पूर्वप्रकाशित ग्रंथातून उद्धृत केली आहेत. त्यामागे त्या साहित्य प्रकारातील एखादं पहिलं पाऊल राहून जाऊ नये म्हणून केलेली ती धडपड आहे. पावलांचे हे सारे ज्ञात-अज्ञात ठसे न्याहाळत वि. स. खांडेकरांचा घेतलेला हा नव्या प्रकारचा धांडोळा मराठीच नव्हे तर विश्वसाहित्यात एक नवा प्रघात, पायंडा दृढ करेल. वि. स. खांडेकरांनी 'रंग आणि गंध' या साहित्यिक लेख संग्रहात 'ललित लेखकाचे अंतरंग' नावाने एक लेख लिहिला आहे. त्यात 'writers at work' या पुस्तकाविषयी माहिती आहे. हे पुस्तक पाश्चात्त्य ललित लेखकांच्या लेखन-प्रक्रियेविषयी समजावतं असा उल्लेख आहे. आपणाकडे अशा प्रकारच्या पुस्तकांची वानवा आहे. एकविसावे शतक हे व्यक्तिविकासाचे जसे आहे तसे ते व्यक्तिअभ्यासाचेही! या पार्श्वभूमीवर वि. स. खांडेकरांचं 'पहिली पावलं' हे साहित्यिक आत्मचरित्र ललित वाङ्मयाच्या निर्मिती-प्रक्रियेस भविष्यकाळात केंद्रस्थ करेल असा मला विश्वास वाटतो. ललित रचनेचा अंकुर लेखकाच्या मनात कसा रुजला, तो पोसला कसा, त्याच्या वेलीचा वृक्ष कसा झाला या सर्वांसंबंधी वाचकांचे कुतूहल शांत करणे हा साहित्याभ्यासाचा एक अविभाज्य भाग आहे, तो असायला पाहिजे अशी माझी धारणा आहे. ती रुजवण्याचा हा नम्र प्रयत्न!

सहा

यातील अप्रकाशित लेख, टिपणे, मला वि. स. खांडेकरांच्या व्यक्तिगत संग्रहातून उपलब्ध झाली. ती श्रीमती मंदाताई खांडेकरांनी उपलब्ध करून दिली. माझ्या इतर प्रयत्नांतूनही मला काही हाती लागले. 'पहिली पावलं'ची वि. स. खांडेकरांची जी नियोजित रूपरेषा होती ते सारे लेख काही त्यांनी लिहिले नाहीत. ते पूर्वप्रकाशित सामग्रीतून उद्धृत करून पूर्ण केले आहेत. त्यामुळे पावलांचा हा प्रवास पूर्ण होऊ शकला. तो करण्यास साहाय्य केलेल्या सर्वांचे आभार.

११ जून २००५   **डॉ. सुनीलकुमार लवटे**
सानेगुरुजी स्मृतिदिन

पावलांचे ठसे

मी वाङ्मयाकडे का आकर्षित झालो?

दुरून डोंगर साजरे

अगदी लहानपणीच मला लेखक या प्राण्याविषयी मोठं कुतूहल वाटू लागलं. ते निर्माण होण्याचं कारण अजूनही मला कळत नाही. मी काही तसा खेडेगावात जन्माला आलो नव्हतो. सांगलीसारखं शहर माझ्याकरिता नियतीनं निवडलं होतं. डॉक्टर, वकील, व्यापारी, शिक्षक, प्राध्यापक वगैरे कितीतरी समाजातले प्रतिष्ठित व्यवसाय अवतीभवती मला दिसत होते. पण विद्यार्थीदशेत त्यांच्यापैकी कुठल्याच व्यवसायाविषयी माझ्या मनात उत्कट आकर्षण उत्पन्न झालं नाही. त्यातले काही व्यवसाय भरपूर पैसा आणि प्रतिष्ठा मिळवून देतात हे मला कळत नव्हतं असं नाही. पण या सर्वांपेक्षा लेखक हा प्राणी फार थोर आहे अशी माझी जी एकदा बालिश समजूत होऊन बसली तिला पहिले वहिले धक्के बसण्यापूर्वीच मी लेखक बनून चुकलो होतो.

बाळपणीच मुलाच्या मनात असं काही आकर्षण निर्माण झालं म्हणजे त्याचं अनुवंशिकतेशी नातं जोडण्याचा मोह बहुतेकांना होतो. अशा तर्काला शास्त्राधार नाही असं नाही; पण अनुवंशिकता काय किंवा परिस्थिती काय, यांचा प्रभाव व्यक्तीच्या जीवनाच्या जडणघडणीत मर्यादितच असतो. माझ्या वडिलांनी काही काळ सांगलीला वकिली केली होती. नंतर काही दिवस ते मुन्सफ होते. त्यांचे वडील हुबळीला वकिली करण्याकरिता गेले होते. म्हणजे वारसा हक्क सांगायचा तर मला वकील होणे प्राप्त होते. माझ्या एका चुलत मामांची गणना त्यावेळच्या सांगलीतल्या प्रमुख वकील त्रयीत होत असे; पण अंगी स्वाभाविक बोलकेपणा असूनही हा व्यवसाय आपण स्वीकारावा, त्या दिशेनं काही धडपड करावी असं माध्यमिक शाळेत काय किंवा कॉलेजच्या दोन वर्षांत काय माझ्या मनात कधीच आलं नाही. उलट लेखक

व्हावं, चांगला नामांकित लेखक व्हावं या विचित्र महत्त्वाकांक्षेनं मी दहा-बारा वर्षांत माझ्या मनावर पगडा बसवला. मी कॉलेजात प्रवेश केला तेव्हा स्कॉलर होतो. कसून अभ्यास करून आपलं स्थान टिकवणं व विद्यापीठाच्या परीक्षा उच्च श्रेणीत उत्तीर्ण होणं मला फारसं कठीण नव्हतं; पण ते स्वप्नही सहसा माझ्या डोळ्यांपुढं तरळलं नाही. किंबहुना माध्यमिक शाळेतल्या वरच्या वर्गात परिस्थितीच्या दडपणामुळं का होईना मी जी थोडीफार अभ्यासू वृत्ती दाखविली होती तीही कॉलेजात गेल्यावर मला टिकवता आली नाही.

आता ते दिवस आठवले म्हणजे स्कॉटच्या 'दोन वाटा' (Two Ways) या कवितेची मला आठवण होते. प्रवाशाच्या पुढे दोन वाटा असल्या तरी त्याला शेवटी कुठली तरी एकच वाट पत्करावी लागते. त्या वाटेनं खूप पुढं गेल्यावर आपण दुसऱ्या वाटेनं गेलो असतो तर अधिक बरं झालं असतं, असे मन द्विधा करणारे प्रसंग आयुष्यात येतात. पण जीवनाची मौज अशी आहे की, आपण त्यात दीर्घकाळ ज्या वाटेनं गेलेलो असतो त्या वाटेनं परत येऊन दुसरी वाट धरता येत नाही आणि कुणी सांगावं, की दुसरी वाट चालू वाटेपेक्षाही काटेकुटे आणि खाचखळगे यांनी अधिक भरलेली असेल.

माझ्या बालपणी लेखनाविषयी मला जी गोडी वाटू लागली तिची आठवण झाली म्हणजे आज हसू येतं. तेव्हाच्या वाङ्मयाविषयी माझ्या कल्पना इतक्या पोरकट होत्या की आज त्या पोरकटपणाचं वर्णन करण्याचा धीरही मला होत नाही. मी वाङ्मयाकडं का आकृष्ट झालो याचं एकच संभवनीय उत्तर मला सुचतं– नियती, पूर्वकर्म, विशिष्ट ग्रहांचा प्रभाव वगैरे गोष्टी मानवी आयुष्यातल्या लहानसहान घडामोडींच्यासुद्धा मुळाशी असतात, हे माझ्या बुद्धीला पटत नाही. मानवी आयुष्य जर एवढं भूमितीतल्या सिद्धांताप्रमाणं चिरेबंद बांधलं गेलं असेल तर त्याचा उमग मानव जातीच्या प्रत्येकाच्या प्रत्ययाला केव्हा ना केव्हा तरी यायला हवा. लेखनविषयक माझ्या जन्मजात आकर्षणाचं कारण लेखनात माझ्यातल्या 'मी'ला काही तरी मोठं समाधान वाटत असलं पाहिजे. 'पायपर' (पुंगीवाला) या कवितेतल्या पुंगीच्या सुराच्या आकर्षणानं प्रथम गावातले सारे उंदीर, नंतर सारी बालकं जशी पुंगीवाल्याच्या मागून गेली त्याप्रमाणं प्रत्येक जण आपल्या आंतरिक ओढीच्या मागून जाऊ लागतो. ती आंतरिक ओढ मात्र व्यक्तिगणिक निरनिराळी असू शकते.

❖

मी लेखक कसा झालो?

अंतर्मनातलं पूजास्थान

बालमनांची अनेक पूजास्थानं असतात. पिढीपिढीला ती बदलतात. पण सामान्यत: भोवताली जे काही अद्‌भुत, भव्य, दुसऱ्यावर सत्ता किंवा अधिकार गाजविणारे असं असेल त्याच्याकडं बालमन ओढलं जातं. पोलीस होऊन चौकातल्या रहदारीवर हुकमत चालविण्याची किंवा आगगाडीचा ड्रायव्हर होऊन उतारूंनी भरलेले डबेच्या डबे लीलेने ओढून नेण्याची करामत आपण करून दाखवावी असं जे लहानपणी अनेकांना वाटतं त्याचं मूळ या गोष्टीत आहे.

पण माझ्या लहानपणी अशा कुठल्याही गोष्टीविषयी मला विशेष आकर्षण वाटल्याचे आठवत नाही. धैर्य, साहस, सत्ता, वैभव, पराक्रम यांच्यात काहीतरी दीपवणारं आहे हे जाणवे. पण आपण तसं काही करावं, आपण तसं व्हावं ही इच्छा मात्र मनात सहसा रुजत नसे. वकील, डॉक्टर, प्राध्यापक हे त्या समाजातील मोठे प्रतिष्ठित मानले जाणारे व्यवसाय, पण विद्यार्थीदशेत त्यांचंही आकर्षण मला वाटलं नाही. माझ्या अंतर्मनातलं पूजास्थान होतं कवी, लेखक. ही ओढ कशी निर्माण झाली हे मला सांगता येत नाही. ज्या सांगलीत मी लहानाचा मोठा झालो ती नाटकवेडी होती, पण साहित्याचं फार मोठं कौतुक त्याकाळी तिथं होतं असं नाही. बालपणी मी डोळ्यांनी मोठा साहित्यिक पाहिला तो एकच– नाटककार देवल. त्यांच्या 'शारदे'ला लोक गर्दी करीत, पण एरवी समाजात देवल चार-चौघांसारखेच वावरत. अशा स्थितीत लेखक या प्राण्याविषयी माझ्या मनात जी विलक्षण भक्तीची भावना निर्माण झाली तिचं कारण फक्त एकच संभवतं. ते म्हणजे लेखकाची नवं जग निर्माण करण्याची शक्ती. मी लिहाय-वाचायला लागल्यानंतर गोष्ट ऐकताना, नाटक पाहताना किंवा कथा-कादंबरी वाचताना मला एक अनुभव नेहमी येई. आपलं

हे धुळीनं आणि काट्याकुट्यांनी भरलेलं जग सोडून हां हां म्हणता आपण दुसऱ्या कुठल्या तरी नव्या, निर्मळ अशा जगात प्रवेश करीत आहोत. या निर्मितीच्या शक्तीचं मला मोठं कौतुक वाटे. शब्द हे त्या शक्तीचं बाह्यसाधन होतं पण इथं शब्दाला शब्द जुळवून काम भागत नव्हतं. काही तरी अधिक असं तिथं होतं. दिव्य शक्ती असलेलं पण लपून बसलेलं. कदाचित् त्याच्याच अस्पष्ट हाका माझ्या बालमनाला त्यावेळी ऐकू येत असाव्यात.

माझ्या आयुष्याचा माझ्या लेखनावर परिणाम

सामाजिक सुधारणेचा कैवार

लेखकाच्या आयुष्याचा त्याच्या लेखनावर परिणाम होतो की नाही? हॅम्लेटने मुद्दाम करविलेल्या नाटकात त्याच्या आईला व चुलत्याला आपल्या आयुष्याचे जसे प्रतिबिंब दिसले तसे वाङ्मयात लेखकाच्या जीवनाचे दिसते किंवा काय? का गायकाच्या मधुर आलापाशी त्याच्या खाजगी आयुष्याचा जसा काडीमात्रही संबंध नसतो तसेच वाङ्मयविलासाचे आहे?

या किंवा याच मालिकेतल्या इतर प्रश्नांना सर्वसामान्य उत्तर द्यायचे झाले तर मी म्हणेन लेखनकला ही इतर सर्व ललितकलांहून भिन्न आहे. इतर ललितकला कितीही सुंदर असल्या तरी लेखनकलेच्या मानाने मुक्याच! मुक्यापेक्षा बोलक्या माणसाकडून रहस्यस्फोट अधिक होण्याचा संभव असतो. कलावंताच्या बाबतीतही हाच अनुभव येतो. इतर कलाकृतींपेक्षा वाङ्मयात कळत-नकळत लेखकाच्या आवडी अधिक स्पष्टपणे डोकावतात आणि आवड म्हणजे प्रिय अनुभवांची अमर मूर्तीच नव्हे काय? बालपण, विद्यार्थीदशा व उपजीविकेचा धंदा यांतील संस्कार एकवटून लेखकाचा विशिष्ट दृष्टिकोन बनतो. मनुष्याने कितीही प्रयत्न केला तरी पाठीमागे लागलेल्या सावलीचा ससेमिरा जसा त्याला चुकविता येणार नाही त्याचप्रमाणे आपल्याला आयुष्यात आलेले अनुभव अगर आपल्या अंतर्मनातील आशा-आकांक्षांची धडपड वाङ्मयात प्रतिबिंबित होऊ देण्याच्या बाबतीतही लेखकाला सहसा यश येत नाही.

पण वाङ्मयात लेखकाच्या आयुष्याचे स्पष्ट व अस्पष्ट प्रतिबिंब पडते. हे मान्य केले तरी एक प्रश्न उरतोच. ते प्रतिबिंब नेहमीच मुळाला धरून असते असे नाही. काचांच्या भिन्नपणांमुळे आरशातली प्रतिबिंबे अनेकदा विकृत दिसत नाहीत का? वाङ्मयातही तोच अनुभव येतो. आपल्या ललितकृतीतील नायक-नायिकांच्या

आयुष्यक्रमात एखाद्या लेखकाचे अनुभव उतरतील, तर दुसऱ्याच्या कलिपुरुषांतच त्याच्या अनुभवांचे प्रतिबिंब सापडेल. टॉलस्टॉयच्या लेखनात प्रतिबिंबित झालेले जीवन व त्याच्या पत्नीने आपल्या डायरीत चित्रित केलेला त्याचा आयुष्यक्रम यांची तुलना केली म्हणजे हा प्रश्न नेहमी कूटप्रश्नच राहणार असे वाटू लागते.

याशिवाय एक गोष्ट राहतेच! आपल्या आयुष्यातले अनुभव व वाङ्मयातील प्रसंग यांची सांगड घालताना सत्याचे असिधाराव्रत सामान्य लेखकाच्या हातून कितपत पाळले जाईल हा प्रश्नच आहे. इतरांची गोष्ट कशाला माझ्या 'सरस्वती पूजन' या गोष्टीतल्या अच्युताप्रमाणे कॉपी करण्याचा मोह मला विद्यार्थीदशेत पडला होता हे आज हेडमास्तरच्या खुर्चीवर बसून सांगताना मला कसेसेच वाटत आहे. अंगावर उठलेले घामोळे सुद्धा दुसऱ्याला दिसू नये ही जिथे मनुष्याची इच्छा, तिथे जळल्यामुळे पडलेले डाग आपण होऊन कोण दाखविणार?

झाला इतका पूर्वरंग बस्स झाला म्हणून कथेकडे वळायचे म्हटले तरी एक अडचण शिल्लक आहे. बहुतेकांना लिहिण्याचा नाद लहानपणीच लागतो. ('प्राप्ते तू षोडशे वर्षे' या शब्दांनी आरंभ होणाऱ्या अनेक चरणांची अशा वेळी आठवण होते.) पण १६ ते २० हे हौशी लेखनाचे वय असते. वीस ते तीस हा वाङ्मयातल्या उमेदवारीचा काळ म्हणता येईल. (यावेळी लिखाण साभार परत येत असल्यास हे नाव अधिकच सार्थ होईल.) या काळात अनेक यौवनसुलभ वाङ्मयगुण लेखकाच्या लिखाणात दिसतात. उदाहरणार्थ काव्यात्मता, अद्भुतरम्यतेची आवड, शब्दालंकाराची हौस, उथळ विनोद, आंधळा ध्येयवाद, नाटकी प्रसंग, इत्यादी. पण लेखकाने या काळात निर्माण केलेल्या वाङ्मयात त्याच्या अनुभवांचे प्रतिबिंब मात्र फारच कमी दिसते आणि यात अस्वाभाविक तरी काय आहे? प्रात:काळच्या उन्हात मध्यान्हकालच्या सूर्यकिरणांची प्रखरता येणार कशी?

आपल्याकडे तीस ते पन्नास-पंचावन्न या काळातील लेखकाचे लिखाण आयुष्य व वाङ्मय यांची सांगड घालण्याच्या दृष्टीने अधिक महत्त्वाचे ठरू शकेल. पण या काळातील माझी पाच वर्षे गेली असून पंधरा-वीस जावयाची आहेत. (जगलो वाचलो तर! बरेच ज्योतिषी माझ्या बाजूला असल्यामुळे मृत्यूवर त्यांचे वजन घालून ही पंधरा वीस वर्षे मिळवू शकेन अशी आशा आहे.) अशा स्थितीत पण करतोच आता कथेला सुरुवात नाहीतर (गेल्या महिन्यातली पुण्यातली कीर्तनाची हकिकत मी विसरलो नाही अजून!)

सामाजिक सुधारणेचा कैवार माझ्या बहुतेक लिखाणात आढळतो. या कैवाराचे मूळ सांगलीला घालविलेल्या माझ्या आयुष्याच्या पहिल्या पंधरा वर्षांत आहे. एकीकडे कॉलेज आणि दुसरीकडे आयर्विन पूल अशा सुधारणा अलीकडे सांगलीला

झाल्या असल्या, तरी अद्यापिही तिथल्या मनोवृत्तीवर पुराणमतवादाची दाट छाया आहे. माझ्या लहानपणीची गोष्ट तर बोलायलाच नको. स्त्रीशिक्षण, विधवांविषयी सहानुभूती, सामाजिक विषमतेविषयी व रुढीप्रधान धर्माविषयी तिटकारा इत्यादी गोष्टी तेथे अभावरूपाने होत्या. उलट धार्मिक कीर्तनाच्या निमित्ताने रात्री-अपरात्री घराबाहेर (यातील एखादीच्या कपाळी कायमचे घराबाहेर पडण्याची पाळीही येई) पडणारे मुंडित बालविधवांचे मेळे मात्र हरहमेषा दृष्टीला पडत. त्यावेळी हरिभाऊंच्या कादंबऱ्या आणि कोल्हटकरांचे विनोदी लेख यांनी या अगर अशाच प्रकारच्या सामाजिक अन्यायाविषयी मला विचार करावयाला लावले. ('पुनर्जन्म', 'गंगावन', 'लीलावती', 'प्रेमलक्ष्मी', 'घर कुणाचे?' वगैरे गोष्टींपासून 'कांचनमृग' या कादंबरीपर्यंत अनेक ठिकाणी माझ्या या बालपणाच्या अनुभवांचे प्रतिबिंब सापडेल.) मी इंग्रजी पाचवीत होतो. पन्नाशी उलटून गेलेल्या आमच्या एका विद्वान शिक्षकांनी चवथे की पाचवे लग्न केले. मुलगी त्या लग्नाला कबूल नसल्यामुळे असेल अगर अन्य कारणामुळे असेल, तिला लग्नाच्या दिवशी एका खोलीत कोंडून ठेवले होते असे आम्ही पुढे ऐकिले. 'शारदा' नाटक लिहिणाऱ्या देवलांच्या सांगलीत झालेल्या या बालावृद्ध विवाहाची पुसट प्रतिबिंबेच 'दत्तक', 'पुनर्जन्म' इत्यादी माझ्या गोष्टींत उमटली आहेत.

सांगलीहून मॅट्रिक झाल्यानंतर दोन वर्षे मी पुण्याला कॉलेजात होतो. नंतर दत्तक होऊन सावंतवाडीला आलो. सावंतवाडी म्हणजे तरी काय? सांगलीची जुनी आवृत्तीच होती ती. सावंतवाडीला दोन वर्षे अंथरुणावर काढल्यानंतर शिरोड्याला शिक्षक म्हणून आलो. आगरकरांच्या वाङ्मयाच्या परिणामाचा, लहानपणापासून भोगलेल्या हालअपेष्टांचा आणि विशीच्या वेळेला प्रबल असणाऱ्या आंधळ्या ध्येयवादाचा त्रिवेणी संगम होऊन मी शिरोड्याला स्थायिक झालो. गेल्या चौदा वर्षांतले सर्व अनुभव मुख्यत: इथेच राहून मी घेतले. किंबहुना १९३० साली लिहिलेली 'कांचनमृग' ही कादंबरी माझ्या १९२६ सालच्या आंधळ्या ध्येयवादाच्या डोळ्यांवर नाजूक हाताने केलेली शस्त्रक्रियाच आहे.

शिरोड्याला येईपर्यंत मला नेहमी असे वाटे की, स्वार्थत्यागपूर्वक शिक्षण प्रसार करणे हाच देशाच्या उन्नतीचा मार्ग आहे. पण इथे आल्यानंतर शिक्षणविषयक अनुभवांनी माझ्या त्या पुस्तकी कल्पना अजिबात बदलल्या. शिक्षण प्रसाराच्या ध्येयाने खेड्यापाड्यांत जाऊन काम करणाऱ्यांचा खरा उपयोग होतो श्रीमंतांना व मध्यम स्थितीतल्या लोकांनाच! परगावी मुले ठेवण्याच्या दगदगीतून व खर्चातून ते आयते मोकळे होतात. पण कमी खर्चाने शिक्षित झालेली ही पांढरपेशांची मुले वकील, डॉक्टर, शिक्षक अगर व्यापारी होऊन करतात काय? तर अडाणी, दरिद्री

बहुजन समाजाची पिळवणूक! पुस्तकी शिक्षणाने पैसे मिळवण्याची लायकी वाढते. (निदान वाढत होती.) पण ह्या लायकीच्या प्रमाणात माणुसकी मात्र वाढत नाही. 'कांचनमृगा'तील सुधाकर, मधुकर, दादासाहेब वगैरे शिक्षकांची आणि जगन्नाथासारख्या गौण पात्रांची स्वभावचित्रे रेखाटताना कल्पनेपेक्षा या अनुभवांचाच मी अधिक उपयोग केला आहे.

या अनुभवाची परिणती सध्या प्रकाशनाच्या मार्गावर असलेल्या माझ्या 'उल्का' कादंबरीतील नायिकेचे वडील भाऊसाहेब यांच्या चित्रणातून दिसून येईल. किंबहुना शिरोड्यासारख्या कोकणातल्या खेड्यात गेली चौदा वर्षे राहून जो अनुभव मिळाला त्याचे सार– आजचा महत्त्वाचा सामाजिक प्रश्न पुस्तकी शिक्षणाने भरलेल्या डोक्यांचा नसून, रिकाम्या पोटाचा आहे– ही जाणीव 'उल्का' व 'दोन ध्रुव' (या दोन्ही कादंबऱ्या लवकरच प्रकाशित होतील) यात तीव्रतेने प्रतिबिंबित झालेली दिसेल. 'खेड्याकडे वळा', 'खेडी सुधारा' वगैरे उपदेशाची देवाणघेवाण सध्या बरीच सुरू आहे. पण हा सुधारणेचा प्रश्न किती व्यापक व बिकट आहे, त्याचा प्रत्यक्ष खेड्यात राहून मी घेतलेला अनुभव 'दोन ध्रुव' लिहिताना मला उपयोगी पडला.

पण या अप्रकाशित कादंबऱ्यांपेक्षा प्रकाशितांविषयी लिहिणेच अधिक बरे. 'कांचनमृगा'तील स्वभावचित्रांप्रमाणे वर्णनेही माझ्या अनुभवाची आहेत. आरवलीच्या (राजपुतान्यातील नव्हे, शिरोड्याजवळचे एक खेडे) समुद्रकिनाऱ्यावर मी नेहमी फिरायला जातो. तिथली उजव्या हाताची टेकडी पाहून मला नेहमी असे वाटे, की या टेकडीवर एखादे सुंदर मंदिर असते तर काय बहार झाली असती. शिरोड्याला येऊन एखादे लहानसे घर बांधण्याइतकीही कमाई मी केली नाही! त्यामुळे हे मंदिर उभारण्याचे काम मला कल्पनेनेच करावे लागले. कादंबरीच्या उत्तरार्धात सदानंदस्वामी ज्या शिवमंदिरात राहतात ते हेच मंदिर. 'कांचनमृगा'तले यमूच्या घराचे वर्णनही माझ्या भोवतालच्या असंख्य दरिद्री घरांतून घेतलेले आहे. या गंभीर भागाइतकेच 'अगंऽबाई मसणात सर्व गेले' या कवितेचे कर्ते आप्पाण्णातनय (प्रथम मी त्यांना आण्णाप्पातनयच बनविले होते, पण 'ण्णा' व 'प्पा' यांचा हस्तलिखितात गोंधळ झाल्यामुळे मी आण्णाप्पाचे चिरंजीव अप्पाणांना दत्तक दिले) हेही सत्यसृष्टीतील आहेत. पहिल्या पत्नीवरील विलापिकेच्या प्रती आणि दुसऱ्या लग्नाला मदत करण्याविषयी विनंती बरोबरच पाठविणारे कविमहाशय वऱ्हाडच्या लोकांना काही अपरिचित नाहीत.

'हृदयाच्या हाके'तील कुमुदचे जीवनचित्र तर माझ्या एका विद्यार्थिनीवरूनच सुचलेले आहे. निर्दय नवऱ्याच्या हातून तिने भोगलेले हाल आठवले. निराशेने,

'चुलीतलं लाकूड चुलीतच जळायचं', ह्या तिने एका पत्रात काढलेल्या उद्‌गारांचे स्मरण झाले की अजूनही मन उदास होते. त्या बुद्धिवान आणि महत्त्वाकांक्षी मुलीला आलेले अकाली मरण– मरण कसले हिंदु पतिदेवाने घेतलेला तिचा बळी आठवला म्हणजे आपल्या सामाजिक दुबळेपणाची भयंकर चीड येते.

माझे टीकात्मक लेख फार कठोर असतात (का असत?), असे अनेकांचे मत आहे. १९२६ साली सांगलीला मला सर्पदंश झाला त्यावेळी श्री. तात्यासाहेब कोल्हटकरांनी उद्‌गार काढले होते, "खांडेकरांच्या वाणीत इतका विषार आहे की त्यांना चावणारा सापच दगावेल." या गुरुवचनाची सत्यता पटावी म्हणूनच की काय गतवर्षी नोव्हेंबर महिन्यात मला फुरसे चावले. मात्र या खेपेला तीन आठवडे पाय सुजला. यावरून माझ्या वाणीतील विषार थोडा कमी झाला असावा असे मला वाटू लागले आहे. श्री. कोल्हटकरांप्रमाणे केवळ विनोदानेच माझ्या टीकेच्या कठोरपणाचे मंडन करावयाचे झाले तर मी ते दुसऱ्याच रीतीने करीन. माझे डोळे जन्मत:च फार अधू आहेत. वयाच्या सोळाव्या वर्षापर्यंत त्याची कुणीही काळजी न घेतल्यामुळे दोन डोळ्यांची पाहण्याची शक्ती हिशेबाच्या दृष्टीने एका डोळ्याइतकीच झाली आहे. असा एक डोळ्याचा प्राणी काकदृष्टीखेरीज दुसऱ्या कुठल्या दृष्टीने पाहू शकणार?

लहानपणापासून वाट्याला आलेल्या सहानुभूतीच्या अभावामुळे माझ्या वृत्तीत जी एक बेपर्वाई आली, तीच माझ्या टीकालेखात दिसून येते. खेड्याऐवजी मी शहरात राहिलो असतो, राजे-रजवाड्यांच्या स्तुती-स्तोत्रांचा व लेखकाच्या खिशांचा निकट संबंध अनुभवाने माझ्या ध्यानात आला असता, अहोरुपहोध्वनीचे फायदे मला कळण्यासारखी परिस्थिती असती, तर 'त्रिदल आणि त्याचे काटे', 'काव्यकथा', 'किर्लोस्कर', 'मोत्यांची माळ' इत्यादी परीक्षणे मी इतक्या स्पष्टवक्तेपणाने लिहिली असती की काय कुणाला ठाऊक!

माझ्या गोष्टींकडे वळले तर त्यात माझे आयुष्य अनेक ठिकाणी प्रतिबिंबित झालेले दिसून येईल. सत्य व कल्पना यांच्या मिश्रणाचे प्रमाण कितीही भिन्न असले तरी 'दत्तक', 'भावांचा भाव', 'लीलावती', 'गीतारहस्य', 'कवडा पोर', 'शिव्यांची शिकवण' इत्यादी कितीतरी कथांतून माझे स्वत:चे अनुभव अंशत: तरी प्रगट झाले आहेत.

नुकत्याच प्रसिद्ध झालेल्या 'दत्तक व इतर गोष्टी' या माझ्या कथासंग्रहातील अनेक गोष्टींचे अनुभवही मोठे गमतीचे आहेत. त्यातील 'जातीचे प्रेम' या कथेचे प्रदर्शन खुद्द आमच्या शाळेत झाले होते. एक पांढरपेशे महाशय देवळी जातीचा

मनुष्य आपल्या बरोबरीने खुर्चीवर बसतो म्हणून संतापून समारंभातून निघून गेले. या महाशयांच्या चरित्राचे संशोधन करणे काही कठीण नव्हते. त्यांनी गोव्यातून आणलेली एक बाई गावात त्यांच्या नीतिमत्तेची ग्वाही नित्य देत होती. 'माया' गोष्टीतला बापही सर्वस्वी खरा आहे. मुलीचे लग्न जुळवणे अशक्य आहे हे पूर्णपणे माहीत असूनही तिने निराश होऊ नये म्हणून दर महिन्याला हे अगर ते स्थळ पाहायला जाण्याचे सोंग करणाऱ्या एका दुर्दैवी पित्यावरूनच ती गोष्ट मला सुचली. याच संग्रहातील 'हवालदारांचा सत्याग्रह' ही विनोदी गोष्ट अनेकांना काल्पनिक वाटेल हे मी जाणून आहे, पण मुले झाल्यास खर्च वाढतो म्हणून संततिप्रतिबंध चूर्ण आणविणारा एक चिक्कू भिक्षुक व त्या चूर्णावर बहिष्कार टाकणारी त्याची धर्मपत्नी त्यांच्या झगड्यातून त्या गोष्टीचे कथानक वाढत गेले.

'शिष्याची शिकवण' या माझ्या ('मनोरंजन', जानेवारी–१९२८) गोष्टीचा उगम आठवला की अजून मन गहिवरून जाते. खेडेगावात शिक्षणप्रसार करण्याकरता आलेल्या पण गावकऱ्यांच्या रक्तातील दुष्टपणा व मूर्खपणा यांच्या मिश्रणाला कंटाळलेला एक शिक्षक आपली संस्था बंद करण्याचा बेत, एका विद्यार्थ्याने तापाच्या भ्रमांत काढलेले त्यांच्याविषयीचे व शाळेविषयी उत्कट प्रेमउद्‌गार ऐकून रद्द करतो असे तिचे कथासूत्र आहे. इ.स. १९२७ साली कॉलेजमध्ये असताना वारलेल्या माझ्या एका आवडत्या विद्यार्थ्याच्या उद्‌गारांवरूनच मी ही गोष्ट लिहिली. तो विषमाने आजारी होता. तार आल्यामुळे घरची माणसे तिकडे गेली. थोडीशी शुद्ध येताच त्याने विचारले "आई आली का?" या प्रश्नानंतर त्याने लगेच दुसरा प्रश्न– "मास्तर आले का?" त्याने माझ्याशी बोलताना शाळेसंबंधी अनेक मनोराज्ये केली होती. त्यामुळे तर या प्रश्नातला जिव्हाळा मला अजूनही हृदयस्पर्शी वाटतो.

'भाऊबीज', 'सरस्वतीपूजन', 'दत्तक', 'आंधळ्याची भाऊबीज', 'आक्का', 'ताईचा फोटो' इत्यादी माझ्या गोष्टींतून भाऊबहिणींच्या प्रेमाचे सूत्र निरनिराळ्या रूपांनी दृग्गोचर होते. तसे पाहायला गेले तर मला सख्खी बहीण नाही. ती असावी अशी लहानपणापासूनची इच्छा! दत्तक झाल्यानंतर आयुष्यातला अत्यंत मोठा चमत्कार माझ्या अनुभवाला आला. घर फिरले, पण घराचे वासे फिरले नाहीत. ते अंथरुणाला खिळलेले शरीर आणि सहानुभूतीशून्य वातावरणात बदल करण्याकरता दत्तक घराला रामराम ठोकण्याचा विचार जेव्हा मी केला, तेव्हा ती. अक्का (माझ्या दत्तक भगिनी) माझ्याबरोबर यावयाला तयार झाल्या. खूप दूर असलेल्या एक दोन जिव्हाळ्याच्या मित्रांखेरीज सारे जग त्यावेळी मला शून्य वाटत होते. सहानुभूतीशून्य आप्तेष्ट आणि मुलाविषयी जिव्हाळा नसलेली आई (यशवंताच्या बालनायकाप्रमाणे "ये रागवावयाही" असे म्हणण्याची पाळी माझ्या बालपणात माझ्यावर कधीच

आली नाही. उलट ''ये रागवावयाना'' अशी विनंती करण्याचेच प्रसंग फार आले.) त्यांच्याकडे जाणे अगदी जीवावर आले. दत्तक घर तर पारखे झालेले. आग आणि फुफाटा यात सापडलेल्या माझ्या मनाला दत्तक बहिणीच्या त्या प्रेमाने खरोखरच शीतलता मिळाली. त्या शीतलतेमुळेच मी शिरोड्याला आलो. शाळा चालविण्याचे कार्य व लेखन करू शकलो. किंबहुना मृत्यूच्या दारापासून बराचसा मागे आलो. 'कांचनमृगा'तील सुधाकराच्या आईचे चित्र रेखाटताना बहिणीकडून अनुभवलेला हा मातृप्रेमाचा जिव्हाळाच माझ्या उपयोगी पडला.

त्यागाविषयी– मग तो कुणाचाही असो वा कोणत्याही स्वरूपात व्यक्त होवो, मला विलक्षण प्रेम वाटते. १९२९ साली प्रसिद्ध झालेल्या 'आई आई' या गोष्टीपासून तो परवाच्या 'दोन टोके' ह्या गोष्टीपर्यंत त्यागाच्या उज्ज्वल पार्श्वभूमीचा मी अनेकदा आश्रय केला आहे. गतवर्षी विहंगमात आलेल्या 'हातातील छत्री' या गोष्टीचे कथानक मला सुचले ते या विशिष्ट पार्श्वभूमीची आवड असल्यामुळेच. भर उन्हाळ्यातल्या दिवसात मोटार चुकल्यामुळे एका धुळीने भरलेल्या रस्त्यावरून मी जात होतो. डोक्यावर छत्री आणि पायात वहाणा असूनही मी अगदी त्रासून गेलो होतो. अशा वेळी समोरून एक जोडपे येताना दिसले. दोघेही अनवाणी चालत होती. नवऱ्याच्या हातात छत्री होती, पण त्याचा उपयोग धड त्यालाही होत नव्हता आणि त्याच्या बायकोलाही होत नव्हता. त्याने ती चमत्कारिक रीतीने धरलेली छत्री पाहून दुरून मला हसूच आले. पण जवळ जाऊन पाहतो तो त्या स्त्रीच्या हातात एक तान्हे मूल असून त्याला ऊन लागू नये अशा रीतीने नवऱ्याने ती छत्री धरली होती. व्यापक त्यागवृत्ती व सहनशीलता हे मानवी जीवनाच्या सुखाचे आधारस्तंभ आहेत, असे मला वाटते. कै. डॉ. ह. श्री. देव (सांगलीला नाव घेण्याजोगे त्यांचे स्मारक अजून झालेले नाही.), माझे मातामह कै. ती. बाबाकाका माईणकर व माझे जनक कै. आ. ब. खांडेकर या तिघांच्या आयुष्यक्रमाचे लहानपणी माझ्या मनावर जे संस्कार झाले त्यांच्या मिश्रणातून माझी ही आवड उत्पन्न झाली आहे.

वाङ्मयदृष्ट्या पाहिले तरीही माझ्या आयुष्याचा माझ्या लिखाणावर विशिष्ट परिणाम झालेला आढळून येईल. पालक व शिक्षक यांच्यापैकी कुणातच फारसे वाङ्मयप्रेम नसल्यामुळे मॅट्रिक होईपर्यंत मी भरमसाट वाचन केले, पण त्या वाचनाला वळण नव्हते. त्यावेळी कोल्हटकरांचे वाङ्मय मला आवडू लागले. नुकतेच उदयाला आलेले गडकरी तेव्हा दरवर्षी अधिक लोकप्रिय होत होते. पुण्याहून सावंतवाडीला व नंतर शिरोड्याला आल्यानंतर तर दोन नकारघंटांच्या मध्येच मी राहत असे, असे म्हणायला हरकत नाही. उत्कृष्ट व्यासंगाला आवश्यक अशी पुस्तकेही नाहीत व समानशील वाङ्मयप्रेमी स्नेहीही नाहीत. त्यात दत्तक

झाल्यापासून पैदा केलेल्या अशक्त प्रकृतीची व तापाची भर! आतापर्यंत मला आलेल्या तापाच्या टेंपरेचरची बेरीज केली तर विक्रम मोडावा लागेल. हजारांनी बहुधा काम भागणार नाही. त्यामुळे हातातले लिखाण चटकन हातावेगळे करावे लागते. कलाकृती चांगली व्हायला असली घाई उपयोगी नाही हे मलाही कळते. पण–

गेली चौदा वर्षे खेड्यात काढल्यामुळे माझ्या विचारांत, विषयात व भाषेत अंतर पडत चालले आहे. किंबहुना असे अंतर पडावे असा बुद्धिपुर:सर मी प्रयत्न करीत आहे. आजचे सामाजिक अन्याय प्रचलित शिक्षणाच्या आधाराने नाहीसे होतील असे मला मुळीच वाटत नाही. आर्थिक दृष्टीने समाजाची रचनाच आमूलाग्र बदलली पाहिजे. ती बदल्यानंतरदेखील एकदम रामराज्य सुरू होईल अगर स्वर्ग खाली येईल असे नाही. समाजात गडकऱ्यांच्या नाटकातले दुर्जन जसे विरल, तसे गांधीजींच्या कल्पनासृष्टीतील सज्जनही कमीच. समाजाचा मोठा भाग सामान्य माणसांचा बनलेला असतो. अशा सामान्य माणसांनी भरलेल्या हजारो खेड्यांत अंधश्रद्धा, जातिद्वेष, कज्जेदलाली, दारूबाजी, दुसऱ्याच्या जीवनावर चरण्याची प्रवृत्ती, दुसऱ्यांचे बरे न बघण्याची वृत्ती इत्यादी दुर्गुणांचे संमेलन झालेले आजच्या घटकेला दिसून येईल. या चक्रव्यूहातून बाहेर पडणे काही सोपे काम नाही. त्याला कार्यकर्त्यांप्रमाणे लेखकांनीही हातभार लावला पाहिजे. लेखनकला चंद्राप्रमाणे मोहक असली पाहिजे हे मी नाकबूल करीत नाही, पण तिचे चांदणे जीवनाच्या सूर्यावर अवलंबून असावे असे म्हटले तर ते सर्वस्वी चूक होईल काय?

❖

पहिलं पाऊल : उमेदवारी

रखरखीत उन्हातील वाटचाल

१९१९ साली लौकिक दृष्टीने मी लेखक झालो– म्हणजे लेखक म्हणून माझे नाव मासिकात अधूनमधून छापून येऊ लागले. याचा अर्थ मी याच वेळी लिहू लागलो असा मुळीच नाही. इंग्रजी शाळेची पायरी चढून एक-दोन वर्षे होतात न होतात तोच 'शनिमाहात्म्या'च्या आधारे मी एक नाटक लिहिले होते. (देवल व खाडिलकर यांच्यामुळे सांगलीत किंवा सांगलीच्या आसपास जन्माला आलेला प्रत्येक मनुष्य नाटककार होऊ शकतो, अशी त्यावेळी माझी ठाम समजूत होती!) पुढे कॉलेजात पाऊल टाकल्यावर कवी, कथाकार, विनोदी लेखक, नाटककार वगैरे वगैरे होण्याचे डोहाळे मला लागले. कॉलेजातल्या पहिल्याच वर्षी मी 'रमणीरत्न' नावाचे नाटक आठ दिवसांत लिहिले आणि ते फार चांगले आहे अशा खात्रीने बेधडक वासुदेवशास्त्री खऱ्यांना वाचून दाखविले! शास्त्रीबुवांचे त्या वेळचे वात्सल्य तेवढे आता मला आठवते. नाटकातले काही म्हटल्या काही आठवत नाही. माझे ते 'रत्न' पुढे कुठे गेले देव जाणे!

असे असूनही १९१९-२० मध्ये 'उद्यान' आणि 'नवयुग' या मासिकांतून माझे लिखाण प्रसिद्ध होऊ लागेपर्यंत मी लेखक होऊ शकेन याच्यावर कुणाचाच भरवसा नव्हता. खुद्द माझाही नव्हता म्हणाना! मग इतरांचा कसा असावा? बारसे होण्यापूर्वी मूल निनावी असते ना? यावेळेपर्यंत माझी स्थिती तशीच होती. १९१९ साली साहित्यसृष्टीतले माझे बारसे झाले– म्हणजे मला लेखक म्हणून लोक ओळखू लागले.

मी लेखक झालो ते वर्ष (१९१९) मराठी साहित्याच्या इतिहासातले संक्रमणाचे वर्ष होते. आदल्याच वर्षी बालकवी एका अपघातात दिवंगत झाले होते– फुलराणीचा चोळामोळा करण्याकरिता अंध नियतीने आगगाडीच्या इंजिनाची योजना केली होती!

१९१९ साली जानेवारीत गडकरी, मार्चमध्ये हरिभाऊ आपटे आणि मे महिन्यात नारायण वामन टिळक हे अव्वल दर्जाचे साहित्यिक कालवश झाले. दीर्घकाळ राज्य करणाऱ्या पराक्रमी राजघराण्याची शेवटची घटका इतिहासात मनाला चटका लावून जाते ना? तसे या साहित्यिकांचे मृत्यू होते. १८७४ साली सुरू झालेली साहित्यविकासाची आणि कलाविलासाची विशिष्ट परंपरा १९१९ पर्यंत अखंड चालली होती. ती प्रभावी परंपरा आता लोपली, तो अपूर्व अध्याय आज समाप्त झाला असेच जणूकाही ते वर्ष या मृत्यूच्या रूपाने सुचवित होते.

राजवाडे, परांजपे, श्रीपाद कृष्ण कोल्हटकर, खाडिलकर, केळकर, अच्युतराव कोल्हटकर वगैरे मागच्या कालखंडातले अतिरथी-महारथी यावेळी विद्यमान होते हे खरे! पण त्यांच्यातल्या बहुतेकांच्या प्रतिभेचा शुक्लपक्ष मागे पडला होता. तांबे, वा.म.जोशी, डॉ. केतकर, वरेरकर, माटे, चिं.वि. जोशी, ना.सी. फडके, अत्रे, यशवंत, माधव ज्युलियन, माडखोलकर, काणेकर प्रभूती साहित्यिकांचे युग सुरू होत होते. सूर्य अस्ताला जातो न जातो तोच पूर्वेकडे पूर्णचंद्र उदय पावावा तसे साहित्याच्या या संक्रमणकाळातले ते दृश्य होते.

१९२०-३० या दशकातल्या ललित वाङ्मयाच्या उत्कर्षाला मासिकांची फार मोठी मदत झाली. 'मनोरंजना' चा १९०८-१९१८ या काळातला जोम आणि बहर यावेळी ओसरला होता हे खरे! पण 'उद्यान', 'नवयुग', 'अरविंद' (डॉ. भालेरावांनी काही दिवस चालविलेले मासिक), विरकुडांचे 'महाराष्ट्र साहित्य', 'रत्नाकर', 'यशवंत', 'किर्लोस्कर' इत्यादिकांनी १९२० ते १९३० या दशकात लेखकांची नवी पिढीच्या पिढी पुढे आणली, तीही मोठ्या रसिकतेने आणि सहानुभूतीने. त्या पिढीतलाच मी एक!

जवळजवळ चाळीस वर्षे होत आली. पण 'उद्यान' मासिकाचे संपादक ग. वि. कुलकर्णी यांनी साहित्यक्षेत्रातील माझ्या उमेदवारीच्या त्या काळात दिलेल्या प्रोत्साहनाचा मला अजून विसर पडलेला नाही. कुलकर्णी इंग्रजीत पत्रे लिहीत असत. माझ्या विनोदी लेखातल्या कोट्यांचे कौतुक करून त्यांनी जेव्हा कोल्हटकर-गडकऱ्यांच्या पंक्तीमध्ये मला स्थान दिले, तेव्हा माझ्या मनाला झालेला आनंद– तसा आनंद माणसाच्या आयुष्याच्या उत्तरार्धात कधीच होत नाही! पहिले फूल, पहिले मूल यांच्यासारखाच तो आनंद असतो.

होतकरू लेखक लहान मुलासारखा असतो. त्याला कुणीतरी शाबासकी (सर्वस्वी खोटी नव्हे अशी) द्यावी लागते! तरच त्याचा आत्मविश्वास जागा होतो. 'उद्यान'चे कुलकर्णी स्वतः फर्डे लेखक होते! पण त्यांच्यातल्या लेखकापेक्षाही त्यांच्यातला संपादक अधिक रसिक आणि अधिक श्रेष्ठ होता. त्यांचा अकाली झालेला मृत्यू ही मराठी मासिकांची निःसंशय मोठी हानी होती.

१९२०च्या आगेमागे 'नवयुग' मासिकाच्या संपादनात सुप्रसिद्ध कवी माधव

आणि माडखोलकर यांचा हात होता. माधवांच्या आग्रहामुळेच गडकऱ्यांच्या पहिल्या स्मृतिदिनानिमित्त निघालेल्या 'नवयुग'च्या खास अंकाकरिता 'हा हन्त हन्त' हा लेख मी लिहिला. तो श्रीपाद कृष्ण कोल्हटकरांच्या पाहण्यात आला. त्यांना तो आवडला. त्यांनी माझी चौकशी केली. आम्हा दोघांमध्ये पत्रव्यवहार सुरू झाला. लिहू लागल्यापासून मी त्यांना गुरुस्थानी मानीत आलो होतो, पण या वेळेपर्यंत माझी गुरुभक्ती एकलव्यासारखी चालली होती.

'उद्यान' व 'नवयुग' ही मासिके फार काळ टिकली नाहीत, पण त्यांची उणीव 'रत्नाकर' आणि 'यशवंत' या मासिकांनी फार उत्कृष्ट रीतीने भरून काढली. फडक्यांसारखा स्वत: ललित लेखक असलेला रसिक संपादक, आणि साहस व सौंदर्यदृष्टी यांचा संगम साधू इच्छिणारे गोखले यांनी 'विविधज्ञानविस्तार' व 'मनोरंजन' यांचे उत्तम मिश्रण करून मासिकाचा एक नवा आदर्शच 'रत्नाकर'च्या रूपाने निर्माण केला. १९२७ च्या मे महिन्यात पुण्याला गोखल्यांनी 'रत्नाकर'च्या लेखकांचे एक अनौपचारिक संमेलन भरविले होते. ते अजून मला आठवते. परांजपे, कोल्हटकर, केळकर वगैरे लेखकांपासून माझ्यासारख्या अगदी नवशिक्या लेखकापर्यंत सर्व मंडळी तिथे जमली होती. ज्या श्रेष्ठ साहित्यिकांचे वाङ्मय मी लहानपणापासून मोठ्या आवडीने वाचीत आलो होतो, ज्या कलावंतांच्या कलेने मी कैक वर्षे मोहून गेलो होतो त्यांच्याशी दोन शब्द बोलण्याची संधी मिळणे ही माझ्या दृष्टीने फार मोठी पर्वणी होती. हे संमेलन तसे अगदी साधे होते. चार स्नेही मंडळींना एखाद्या घरी चहाला बोलवावे तसे. त्याचे फोटो आणि वर्णने कुठे छापून आली नाहीत, पण माझ्या मनावर त्याचा अतिशय परिणाम झाला. ज्येष्ठ आणि श्रेष्ठ साहित्यिकांशी संबंध आल्यामुळे नवीनवी क्षितिजे मला दिसू लागली. वाळा थोडा वेळ पाण्यात टाकला तरी त्याचा पाण्याला वास लागतो. मी या मंडळींपैकी एक– कदाचित शेवटच्या नंबरचा, पण यांच्यातलाच एक– आहे या जाणिवेने पुढले लेखन करण्याला या संमेलनामुळे मला मोठा हुरूप आला.

संपादकाच्या जागरूकपणामुळे लेखनाला कसे प्रोत्साहन मिळते, याचा अनुभव याकाळी मी भरपूर घेतला. 'गंगावन' या नावाची माझी एक गोष्ट 'रत्नाकरा'त यावयाची होती. तिच्या शेवटच्या पाच-सात ओळी फडक्यांना खटकत होत्या. मी पुण्याला आलो तेव्हा त्यांनी आपल्या घरी मला चहाला बोलावले आणि त्या ओळींमुळे गोष्टीत निर्माण होणारे वैगुण्य मोठ्या गोड भाषेने माझ्या गळी उतरविले. तेव्हापासून 'रत्नाकर'कडे पाठवायच्या गोष्टींबाबत मी अधिक दक्ष झालो.

'यशवंत'चे वीरकर मोठे साहित्यमर्मज्ञ होते असे नाही, पण त्यांच्या ठिकाणी उदंड साहस आणि उत्कृष्ट वाङ्मयप्रेम होते. त्यांची धडाडी, कौशल्य आणि सौजन्य यांचा माझ्या मनावर कायमचा ठसा उमटला आहे. मी लिहू लागलो तो लेखनाच्या

हौसेने– लिहिण्यात मला आनंद होत होता म्हणून– पण १९२०-३० या दशकात माझे सारे लक्ष केंद्रित झाले होते शिरोड्याच्या शाळेवर. तिची जोपासना करणे हे माझे मुख्य काम होते. त्यातून दक्षिण कोकणाच्या कोपऱ्यातल्या एका खेड्यात जाऊन मी बसलो होतो! तिथे कुठली आली आहेत नाना प्रकारची इंग्रजी मासिके आणि नवी इंग्रजी पुस्तके? शाळेतल्या इंग्रजी रीडर्सच्या पलीकडे कुठल्याही प्रकारचे यावनी भाषेतले पुस्तक तिथे मिळणे शक्य नव्हते. शिरोड्यात केवळ पुस्तकांच्याबाबतीत मी भुकेला होतो असे नाही. पुण्या-मुंबईसारख्या मोठ्या शहरी बरोबरीच्या अगर वडीलधाऱ्या साहित्यिकांचा सहवास आणि सहविचार लाभण्याची जी शक्यता असते तिलाही मी मुकलो होतो.

अशा स्थितीत लेखनावरून माझे लक्ष कदाचित उडून गेले असते! लेखनाच्या खालोखाल प्रिय असलेल्या सामाजिक कामात मी रमू लागलो असतो, पण 'रत्नाकर'चे गोखले आणि 'यशवंत'चे वीरकर यांनी माझ्या मनातील स्फुल्लिंगावर राखेचा एक कणसुद्धा कधी स्थिरावू दिला नाही. त्यांच्या पत्रांच्या माऱ्यामुळे इंग्रजी राज्यात सुरू झालेली टपालाची सोय हा वर आहे की शाप आहे असा संभ्रम माझ्या मनात निर्माण होई. त्याचबरोबर त्यांच्या आग्रहाच्या मागणीला नकार देणे अगदी जिवावर येई.

वीरकरांनी तर एकदा कमालच केली. ध्यानीमनी नसताना ते शिरोड्याला दत्त म्हणून माझ्यापुढे येऊन उभे राहिले. शाइस्तेखानावर शिवाजीने घातलेल्या छाप्याची आठवण व्हावी तसा तो प्रकार होता! त्या दिवशी रात्री मी राहात होतो त्या चिमुकल्या घराच्या अंगणात तुळशीवृंदावनाशेजारी आरामखुर्चीत बसून, वरच्या लखलखणाऱ्या चांदण्यांकडे पाहात आम्ही कितीतरी वाङ्मयीन संकल्प केले! त्यातले काही सत्यसृष्टीत उतरले, काही हवेत विरून गेले; पण त्या काळात मी विपुल कथालेखन आणि टीकालेखन केले. त्यातले निम्मेशिम्मे वीरकरांचा भुंगा माझ्यामागे नसता तर कागदावर उतरले नसते. दुष्यंत आणि शकुंतला यांचे प्रेम जमविण्यापेक्षा अगदी निराळी अशी कामे भुंगा करू शकतो हे त्यावेळी मला कळले!

मासिकांचे संपादक आणि चालक यांच्याइतकेच रसिक व जाणत्या वाचकांकडून मिळणारे उत्तेजनही नवशिक्या लेखकाला उपकारक होते. केवळ उत्तेजनच नव्हे, तर प्रसंगी प्रतिकूल टीकासुद्धा. १९२६ साली 'रत्नाकरा'त माझी 'आंधळ्याची भाऊबीज' ही गोष्ट प्रसिद्ध झाली. आईप्रमाणे लेखकाची मायाही आंधळी असते. त्यामुळे आपल्या वाङ्मयीन अपत्यांत तो फारसा भेदभाव करू शकत नाही. साहजिकच माझ्या या कथेत इतर गोष्टींपेक्षा काही विशेष गुण आहे याची मला कल्पनाही नव्हती. एके दिवशी दुपारी बारा वाजता शाळेत मी तासावर जात असताना जे टपाल माझ्या हातात पडले त्यात वर्तक व केशवराव भोळे या दोघांच्या सहीचे, माझ्या या गोष्टीविषयी गौरवपर उद्गार असलेले एक पत्र होते. पुढे वर्तक नाटककार म्हणून

व भोळे संगीतकार म्हणून गाजले; पण त्यावेळी त्यांचा माझा प्रत्यक्ष परिचय तर नव्हताच, इतकेच नव्हे तर नावांनी किंवा गुणांनी मी त्यांना ओळखत नव्हतो. त्या पत्राने भर दुपारी माझ्या मनात कसे चांदणे निर्माण केले याची मला अजून आठवण आहे. मी जो तास घ्यायला निघालो होतो तो कसा झाला याची मात्र मला कल्पना नाही! कदाचित गणिताच्या तासाला मी कविता शिकवली असेल!

'आंधळ्याची भाऊबीज' या गोष्टीमुळे केशवराव दाते व गोविंदराव टेंबे यांच्यासारख्या माझ्यापेक्षा वयाने मोठ्या व कीर्तीने फारच मोठ्या अशा कलावंतांशी माझा परिचय झाला. गोविंदराव टेंबे हे माझ्या कथालेखनाचे चाहते आहेत हे मला कळले तेही मोठ्या नाट्यपूर्ण रीतीने. त्यावेळी 'यशवंत' मंडळींबरोबर गोविंदराव वेंगुर्ल्याला आले होते. वेंगुर्ल्याहून शिरोडे अवघे आठ मैल आहे. त्यामुळे आम्ही काही मित्र सहज 'यशवंत' मंडळीचे एक नाटक पाहायला गेलो. मी प्रेक्षकांत आहे हे कुणाकडून तरी गोविंदरावांच्या कानी गेले. पहिला अंक संपल्यावर 'टेंबे तुम्हाला आत बोलावताहेत' म्हणून निरोप घेऊन जेव्हा एक मनुष्य आला तेव्हा माझा स्वत:च्या कानांवर विश्वासच बसेना! माझ्या आसपासच्या दुसऱ्या कुणातरी मनुष्याला टेंब्यांनी बोलावले असावे असे क्षणभर मला वाटले; पण ते निमंत्रण हा समजुतीचा घोटाळा नव्हता. 'आंधळ्याची भाऊबीज' ही गोष्ट लिहिणाऱ्या लेखकाची पाठ थोपटण्याकरिता गोविंदराव टेंब्यांनी त्यालाच मोठ्या स्नेहभावाने आत बोलावले होते.

कुठल्याही क्षेत्रातला उमेदवारीचा काळ ही रखरखीत उन्हातील वाटचाल असते. साहित्यप्रांतातील माझ्या या प्रवासात वर वर्णन केलेल्या प्रकारच्या सावल्या अधूनमधून मला मिळत गेल्या. पण लेखक या नात्याने माझा त्या काळात जो थोडाफार विकास झाला तो निराळ्याच गर्द, शीतल आणि विशाल अशा छायांखाली– वटवृक्षांच्या छायांखाली! माझ्या साहित्यप्रवासाच्या मार्गावर सुदैवाने तीन वटवृक्ष उभे होते. ते श्री. कृ. कोल्हटकर, न. चिं. केळकर आणि वा. म. जोशी हे होत. त्या तिघांनी माझे बोबडे बोल ऐकले; पितृतुल्य प्रेमाने त्यांचे कौतुक केले! इतकेच नव्हे तर मला थोडेसे नीट बोलायला शिकवले. मी जणूकाही त्यांच्या घरातलाच एक तरुण मुलगा आहे अशा वात्सल्याने त्यांनी मला वागविले. हे तिघेही जसे पट्टीचे पंडित होते तसे अभिजात रसिक होते. त्यांचे स्वैरालाप ऐकता ऐकता मला गोंधळात टाकणाऱ्या अनेक साहित्यविषयक समस्यांवर प्रकाश पडत गेला. खेड्यातल्या शिक्षणाच्या कामात गुंतून पडल्यामुळे आपला विकास खुरटेल की काय ही माझी भीती पार नाहीशी झाली. जातिवंत साहित्यिकाच्या कल्पनेची आणि कर्तृत्वाची कक्षा किती मोठी होऊ शकते याची परिपूर्ण कल्पना आली. दिव्याने दिवा लागावा त्याप्रमाणे अखंड साहित्यसेवा करण्याची प्रेरणा मला मिळाली. या तिघांच्या सहवासातले अनेक क्षण माझ्या जीवनातले सुवर्णक्षण होते.

या उमेदवारीच्या काळाचे एक मोठे वैशिष्ट्य होते. १८७४-१९२० या अर्धशतकातली प्रगती पचनी पाडून मराठी प्रतिभा नवनव्या रूपांनी आविष्कृत होण्याचा यावेळी प्रयत्न करीत होती. लघुकथा, लघुनिबंध, भावगीत, शब्दचित्र, नाट्यछटा, नवनाट्य इत्यादी वाङ्मयप्रकार १९२० ते १९३० या लहानशा अवधीत केवळ अंकुरितच झाले नाहीत, त्यातले अनेक पल्लवीतसुद्धा झाले. एखाद्या कसोटीच्या सामन्यासारखे, एखाद्या जागृत देवाच्या जत्रेप्रमाणे त्यावेळचे वाङ्मयाचे– लेखक आणि वाचक यांच्या उत्साहाचे– स्वरूप होते. असहकारितेपासून मिठाच्या कायदेभंगापर्यंत आणि मार्क्सवादापासून गांधीवादापर्यंत विचारांना हादरून सोडणाऱ्या तोफा त्यावेळी आमच्या भोवताली गडगडत होत्या; पण त्या तोफांच्या धुराने भरून गेलेल्या वातावरणात, किंबहुना त्यातल्या कुठल्या तरी तोफखान्याशी निकट संबंध असूनही, प्रत्येक साहित्यिक आपापल्या परीने साहित्याच्या पूजेत रंगून जात होता. मध्यम वर्गाच्या अनेक नव्या स्वप्नांचा तो काळ होता. पहिले महायुद्ध मागे पडले होते. दुसऱ्या महायुद्धाचे काळे ढग अजून क्षितिजावर दिसत नव्हते. त्यामुळे संधिकालातली धूसर रम्यता या स्वप्नात भरलेली होती.

या दशकातल्या वाङ्मयाचे गुणदोष काही असोत, नव्या लेखकाला प्रेरणा देणारा आणि प्रोत्साहक होणारा असाच तो काळ होता. एकीकडे शारदोपासक-संमेलनाच्या व्यासपीठावरून इतिहासाचार्य राजवाडे मराठी भाषा मृत्युशय्येवर पडल्याची घोषणा करीत होते, तर दुसरीकडे साहित्य संमेलनाच्या अध्यक्षपदावरून श्रीपाद कृष्ण कोल्हटकर सर्वांगीण प्रगती होत असल्याची ग्वाही देत होते. ललित साहित्याच्या एका भागावर हरिभाऊ व गडकरी यांच्या लेखनातल्या गुणदोषांची दाट छाया पसरल्याचे दृश्य दिसत होते, तर दुसऱ्या बाजूला सर्व जुन्या चाकोऱ्यांतून बाहेर पडून नवीन वाटांनी प्रवास करू पाहणाऱ्या उमलत्या प्रतिभांचे दर्शन होत होते.

अशा काळात साहित्यक्षेत्रातली माझी उमेदवारीची वर्षे मला घालविता आली याचा अजूनही मला आनंद वाटतो. त्यावेळची माझी एक आठवण सांगण्याजोगी आहे. माडखोलकरांनी 'केशवसुतांचा संप्रदाय' म्हणून 'नवयुग' मासिकात एक लेख लिहिला (१९१९). 'तुतारी, वाङ्मय व दसरा' या माझ्या लेखात त्यांच्या लेखातल्या काही विधानांचे खंडन करण्याचा मी प्रयत्न केला. माझ्या टीकेत थोडासा चावरेपणा होताच! पण या साऱ्या वादविवादाचा शेवट आम्ही दोघे एकमेकांचे विरोधक होण्यात झाला नाही; उलट जन्माचे स्नेही होण्यात झाला.

तुट्टी आणि गट्टी यांचे इतके जवळचे नाते मी फक्त बाळपणीच अनुभवले होते. त्यामुळेच की काय, साहित्यसृष्टीतल्या या काळाविषयी मला अजून आकर्षण वाटते.

❖

पहिलं पाऊल : काव्य लेखन

'ट'ला ट 'री'ला री

शाळेत जाण्यापूर्वी कविता कशाला म्हणतात, हे मला ठाऊक नव्हते. कीर्तनात ओव्या आणि अभंग माझ्या कानांवर पडत. नाटकांतली पदे तर मी रात्रंदिवस ऐकत होतो. त्यांचा नीटसा अर्थ कळत नव्हता! तरी मी ती पाठ करीत होतो– पाठ करीत होतो म्हणण्यापेक्षा ती नकळत मला पाठ होत होती! वेळोवेळी अनेक संस्कृत श्लोक मी ऐकत असे. ते कानाला फार गोड लागत! पण या सर्व मंडळींची 'कविता' म्हणून एक स्वतंत्र जात आहे, हे मात्र मला माहीत नव्हते!

'उत्तररामचरिता'त एक मजेदार प्रसंग आहे– रामचंद्राने दिग्विजयासाठी सोडलेला घोडा वाल्मीकींच्या आश्रमापाशी येतो. तिथले लहानमोठे बटू तो पाहतात. सरड्यापासून सापापर्यंत आणि हरणापासून वाघापर्यंत अनेक प्राण्यांशी या बटूंचा परिचय झालेला असतो. पण पार्श्वभागी विशाल पुच्छ असलेला हा प्राणी कोण आहे याचा काही केल्या त्यांना तर्क करता येत नाही! ती पोरे त्या अपूर्व प्राण्याला पकडून आणतात; आणि मग लवाच्या कृपेने 'घोडा' 'घोडा' म्हणतात तो हाच, असा सर्वांना साक्षात्कार होतो! कवितेच्या बाबतीत माझी स्थिती अगदी अशीच झाली!

वयाच्या सहाव्या वर्षी मी शाळेत जाऊ लागलो. त्यावेळच्या क्रमिक पुस्तकातली 'आई, थोर तुझे उपकार' ही कविता मास्तरांनी आम्हाला समजावून सांगितली. आमच्याकडून ती सुरावर म्हणवून घेतली. मग आम्हाला ती पाठ करून यायला सांगितली.

'आई, थोर तुझे उपकार' ही कविता शिकवताना मास्तर मध्येच थांबले. त्यांनी आपले डोळे पुसले. ते पाहून मला मोठे आश्चर्य वाटले. मोठी माणसे कधीच रडत नाहीत, तो हक्क फक्त लहान मुलांनाच आहे अशी त्यावेळेपर्यंत माझी समजूत होती!

त्यामुळे मास्तरांचे डोळे कविता वाचता-वाचता का पाणावले हे कोडे मला उलगडेना! त्या कवितेत आईच्या थोरवीचे वर्णन आहे! पण माझे स्वत:चे मत त्या महाकवीपेक्षा निराळे होते! आईच्या उत्कट मायेची प्रचिती मला कधी आली नव्हती. यमकाच्या दृष्टीने 'माऊली' व 'सावली' हे शब्द जुळविणे ठीक आहे, पण या सावलीच्या गारव्याचा मला फारसा अनुभव नव्हता. लहानपणी आईने मायेने मला पोटाशी धरल्याचा एकही प्रसंग आज मला आठवत नाही. तिच्या रागाच्या अनेक गोष्टी मात्र आठवतात. कदाचित हा सारा दोष माझाच असेल! पण राहूनराहून मला वाटते, मातृप्रेम, वात्सल्य, एकनिष्ठ प्रीती वगैरेंविषयीच्या आपल्या कल्पनांत वास्तवापेक्षा समाजाने एकेकाळी जिवापाड जपलेल्या आदर्शांचाच भाग अधिक असावा!

ते काही असो, 'आई, थोर तुझे उपकार' या कवितेचे आकर्षण मला कधीच वाटले नाही. मार्क मिळविण्याकरिता मी ती पाठ केली असेल; पण त्या पाठांतरातली ही पहिली ओळ सोडली तर दुसरा कुठलाही शब्द आता मला आठवत नाही.

मराठी दुसऱ्या का तिसऱ्या इयत्तेत एक निराळ्याच चेहऱ्यामोहऱ्याची कविता मला भेटली. 'एका लहान काळ्या मुंगीला गवसला बहू थोर' असा तिचा प्रारंभ होता. त्या मुंगीला जे 'बहू थोर' घबाड मिळाले होते तो एक गव्हाचा दाणा होता! ही कविता माझ्यासारख्या आळशी मुलांना उद्योगाचे महत्त्व पटविण्याकरिता किंवा तसल्याच काही अतिशय उच्च उद्देशाने कवीने लिहिली असावी! पण ती पाठ करताना माझे डोके दुखू लागले! 'बघुनि त्या भयंकर भूता! फोडिली तिने किंकाळी', 'श्रीमंत पतीची राणी! मग थाट काय तो पुसता?', 'माया जळली का, तिळही ममता नाही का! आली पोटी पोर एकटीं तीहि विकतां का?' असल्या 'शारदे'तील ओळींच्यापुढे ती काळी मुंगी आणि तिला गवसलेला तो 'बहू थोर' दाणा यांची गोडी मला वाटेनाशी झाली. गणित, भूगोल, व्याकरण यांच्याप्रमाणे कविता हाही मुलांचा छळ करण्याकरिता मास्तरांनी शोधून काढलेला एक भयंकर विषय आहे, अशी माझी खात्री झाली!

काही दिवस मी कवितेतल्या मुंगीप्रमाणे गल्लीतल्या कुत्र्यावर आणि घरातल्या मांजरावर आर्यावृत्तात काव्यरचना केली! कारण काव्यलेखन हे फार सोपे काम आहे, अशी या कवितेने माझी समजूत करून दिली होती, पण अशा काव्यरचनेला उपयोगी पडणारे पशुपक्षी सृष्टीत पुष्कळ असूनही माझा तो छंद फार दिवस टिकला नाही. हळूहळू माझे लक्ष कवितेवरून उडाले.

हे सारे गाडे मी इंग्रजी पहिली-दुसरीत गेल्यावर बदलले. कविता किती आनंद देऊ शकते, हा अनुभव मी प्रथम घेतला तो यावेळी. अजून तो कवितेचा तास माझ्या डोळ्यांपुढे उभा आहे! त्यावेळी आंबराईजवळची सांगली हायस्कूलची इमारत बांधली गेली नव्हती. आमची इंग्रजी शाळा भरे, ती सांगलीच्या राजवाड्यापुढे

समोरासमोर असलेल्या दोन इमारतींत. त्यांतल्या उजव्या बाजूच्या इमारतीच्या आरंभीच असलेला आमचा तो वर्ग, त्या वर्गाला मराठी शिकविणारे शंकरशास्त्री केळकर आणि त्यादिवशी त्यांनी शिकवलेले मोरोपंतांचे वसिष्ठ-विश्वमित्रांचे आख्यान यांची आठवण माझ्या मनात अजून कायम आहे. शंकरशास्त्र्यांची वाणी मोठी निर्मळ आणि रसाळ होती. ते कीर्तनेही चांगली करीत. कविता शिकविताना कीर्तनांइतके ते रंगून जात. शांतीचा सागर असलेला वसिष्ठ, एखाद्या वणव्याप्रमाणे पेटलेला उद्दाम, अहंकारी विश्वामित्र, कामधेनूच्या लोभाने त्याने केलेला अट्टाहास आणि लयबद्ध व नाट्यपूर्ण स्वराने शंकरशास्त्र्यांनी म्हटलेल्या मोरोपंतांच्या त्या परिणामकारक आर्या– त्या एका तासात कवितेविषयीची माझी अढी पार नाहीशी झाली!

मात्र कवितेविषयी माझ्या मनात निर्माण झालेल्या या प्रेमाच्या आड पुन्हा कुठलेही अडथळे आले नाहीत असे नाही. प्रेमाचा मार्ग कधी निष्कंटक नसतो, असे एक कविवचनच आहे की!

इंग्रजी दुसऱ्या-तिसऱ्या इयत्तेतील गोष्ट. कवितेचा तास सुरू होता. 'तुझेंच जगदंड जे अखिल चित्त आकर्षितें' ही ओळ माझ्यापुढे 'दत्त' म्हणून उभी राहिली! तिचा अर्थ लावताना मी अगदी घामाघूम झालो. 'जगदंड' याचे 'जग'आणि 'दंड' असे दोन उघडउघड दिसणारे भाग पाडून मी अर्थ लावून पाहिला, पण काही केल्या तो लागेना! त्या 'जगदंडा'चा अर्थ लावताना मला अगदी ब्रह्मांड आठवले! शेवटी मास्तरांनी जगदंडमध्ये 'जगत्' आणि 'अंड' असे दोन निरनिराळे शब्द आहेत असे सांगितले. 'जगदंड' म्हणजे 'ब्रह्मांड' असा अर्थ टिपून घ्यायचा हुकूम त्यांनी केला. मी स्तंभित होऊन गेलो. कवितेचा अर्थ लावणे हे येरागबाळाचे काम नाही, अशी माझी खात्री झाली.

परंतु माझ्या सुदैवाने पुढे अनेकदा शंकरशास्त्री मराठीचे शिक्षक म्हणून लाभले. चौथीत गेल्यावर, 'My heart leaps when I behold a rainbow in the sky', 'I remember, the house where I was born' अशा प्रकारच्या कविता इंग्रजी शिकताना भेटू लागल्या. या कविता शिकविताना 'Leap' म्हणजे 'उडी मारणे' आणि 'Remember' म्हणजे 'आठवणे' हे शब्दार्थ मास्तर आमच्याकडून घोकून घेत होते. पण माझे मन त्या शब्दार्थांत रमेना! 'My heart leaps up' या कवितेचा अर्थ करताना मी वर्गात नव्हतो. त्या शब्दांत नव्हतो! अगदी पहिल्यांदा मी इंद्रधनुष्य पाहिले, तो प्रसंग मला पुन्हा पुन्हा आठवत होता. माझ्या डोळ्यांपुढे उभा राहत होता. केवढा विलक्षण आनंद झाला होता मला त्यावेळी! चंद्राचा हट्ट धरणाऱ्या रामासारखा मी जर लाडका राजपुत्र असतो, तर 'हे धनुष्य मला आणून द्या' असा मी माझ्या वडिलांपाशी खास हट्ट धरला असता! माझा तो आनंद वर्डस्वर्थ आपल्या शब्दांनी सांगत होता. त्या मधुर अनुभूतीचे जे फूल मनातल्या मनात सुकून

गेले असे वाटत होते ते कवीच्या किमयेने पुन्हा सुगंधित झाले होते!

हे सारे खरे असले तरी वर्डस्वर्थच्या या कवितेनेही मला थोडेसे छळलेच! 'Child is the father of the man' ही त्या कवितेतली सर्वांत खाष्ट अशी ओळ. आम्हा मुलांना ती एखाद्या उखाण्यासारखी वाटे! त्या ओळीने आमच्यापुढे एक गहन आणि गंभीर समस्या ठाकली– 'लहान मूल बाप कसं होऊ शकेल?' या प्रश्नाचे उत्तर मला देता येत नव्हते! माझ्या सोबत्यांनाही देता येत नव्हते! मास्तरांना हा प्रश्न विचारण्याची छाती नव्हती! जीवनाला आधारभूत असलेल्या सौंदर्याच्या अनुभूतीचा अखंडपणा वर्डस्वर्थला या ओळीच्या द्वारे सूचित करायचा होता, पण आमच्या मास्तरांना त्या भानगडीशी काही कर्तव्य नव्हते. कवितेतली सर्वांत अवघड ओळ हीच होती. तेव्हा तीच परीक्षेला विचारली जाणार हे उघड होते. अर्थात मास्तरांनी सांगितलेला तिचा अर्थ आम्ही घोकून पाठ केला, परीक्षेत लिहिला आणि उत्तम रीतीने उत्तीर्ण झालो!

इंग्रजी पाचवीत गेल्यावर स्कॉटच्या 'सरोवर सुंदरी' (Lady of the lake) या काव्याचा एक सर्ग आम्हाला अभ्यासावा लागला. पुढे गोल्डस्मिथचे 'ओसाड गाव' (Deserted Village) भेटले, पण मॅट्रिकपर्यंतच्या दोन-तीन वर्षांत मी जे इंग्रजी काव्य अभ्यासिले त्यात रसास्वादापेक्षा शब्दज्ञानाचाच भाग जास्ती होता. मात्र, याच काळात मराठी 'नवनीत' माझ्या हाती आले. त्यातले रघुनाथ पंडितांचे 'नलदमयंती आख्यान' शंकरशास्त्र्यांनी आम्हाला शिकविले. कवितेच्या विविध बाह्य सौंदर्यांनी पुन्हा पुन्हा मला आनंदाच्या गुदगुल्या केल्या त्या हे काव्य शिकवताना! 'नवनीता'तला फार थोडा भाग वर्गात शिकवला जाई; पण मी ते छंदिष्टपणाने अथपासून इतीपर्यंत वाचून काढले. प्राचीन मराठी कवितेशी माझा पहिला परिचय झाला तो या रसाळ काव्यसंग्रहामुळे.

ज्ञानदेव-तुकारामांसारख्या या श्रेष्ठ कवींचे अशा प्रातिनिधिक काव्यसंग्रहातून होणारे दर्शन जितके ओझरते तितकेच अस्पष्ट असते हे खरे. पण ही अशा संग्रहांची स्वाभाविक मर्यादा आहे. 'नवनीता'तले तुकारामांचे अभंग वाचून प्रपंच आणि परमार्थ यांच्या चिरंतन संघर्षातून अमर काव्य निर्माण करणाऱ्या या संतकवीचे मोठेपण मला कळणे शक्य नव्हते. ते फार पुढे ध्यानात आले तेही केवळ गाथा वाचून नव्हे! तर जीवन बऱ्यावाईट रीतीने जगून, जग ही काय अजब चीज आहे याचे अगणित अनुभव घेऊन! मला वाटते, तुकाराम हा विद्यार्थ्यांचा तर नव्हेच, पण पंचविशीतल्या तरुणांचाही कवी नाही. जीवनप्रवाहाच्या मध्यभागी उभ्या असलेल्या आणि चारी बाजूंनी प्रपंचाने वेढले असूनही अंतर्मुख होऊ इच्छिणाऱ्या मध्यम वयस्कांचा आणि प्रौढांचा तो कवी आहे.

'नवनीत'मुळे प्राचीन मराठी कवितेची गोडी मला लागली. त्या वेळी शिक्षणाच्या

क्षेत्रात सध्यासारखा संस्कृतच्या ज्ञानाचा दुष्काळ नव्हता! त्यामुळे मोरोपंतांची एखादी आर्या लावणे हे सर्कशीतील मृत्युगोलात मोटार फिरविण्यासारखे बिकट काम आहे, असे कुणालाच वाटत नसे! उलट, संस्कृतचे चांगले ज्ञान मराठी काव्याचा रसास्वाद घेण्याच्या दृष्टीने उपकारक होई. 'नवनीत'मधून प्रथम परिचित झालेली अनेक प्रकरणे– मध्वमुनीश्वराचे 'उद्धवा, शांतवन कर जा–', उद्धव चिद्‌घनाचे 'ध्रुवाख्यान', मोरोपंतांचे 'कर्णपर्व'– अजूनही मला आनंदाचे अखंड झरे वाटतात!

आधुनिक मराठी कवितेविषयीही याच सुमारास मला आकर्षण वाटू लागले. मात्र त्याचा उगम शाळेत किंवा तिथल्या शिक्षणात नव्हता! पुण्याला शिकायला असलेल्या माझ्या एका मित्राने सुट्टीत 'काव्यदोहन' हे पुस्तक आणले. त्यातली केशवसुतांची 'तुतारी' ही कविता मी सहज वाचली. निरभ्र आकाशात वीज चमकावी तसे काहीतरी मला वाटले! मी वाचीत असलेल्या कवितांहून ती सर्वस्वी निराळी होती. रघुनाथपंडितांचे नल-दमयंतीचे जग सुंदर होते; पण ते फार दूरचे वाटे! केशवसुतांच्या 'तुतारी'चे जग जवळचे वाटू लागले! ते जणू माझ्यासारख्या हजारो कुमारांच्या मुक्या भावनांना आणि विचारांना बोलके करणारे जग होते!

१९११-१२चा तो काळ. राजकीय चळवळीचे आणि सामाजिक सुधारणांचे नानाविध पडसाद भोवतालच्या वातावरणात त्यावेळी घुमत होते. ते सर्व त्या कवितेत समर्थपणे साकार झाले आहेत, असा मला भास झाला! तिच्यातल्या ओळीओळींतील ओज माझ्या मनाला रोमांचित करू लागले. जुन्या कवितेविषयी प्रेम न गमावता, मी नव्या कवितेचा भक्त झालो. गोविंदाग्रज, बालकवी, चंद्रशेखर, रेंदाळकर इत्यादिकांच्या 'मनोरंजना'त येणाऱ्या कविता नियमाने वाचण्याचा छंद मला जडला. नकळत त्या कविता तोंडपाठ होऊ लागल्या. 'आनंदी आनंद गडे', 'अरुण', 'ओवाळणी घाली भाई', 'फुलराणी', 'मुरली', 'उघडि नयन रम्य उषा हसत हसत आली'– त्या काळातल्या मनाला भुरळ घालणाऱ्या अशा किती कवितांची नावे सांगावीत?

नाटके पाहता-पाहता नाटक लिहिण्याची किंवा नाटकांत काम करण्याची हुक्की यावी, तशी माझी स्थिती झाली. हळूहळू मी या प्रकारच्या कविता करू लागलो. 'वृत्तदर्पण' मॅट्रिकच्या वर्गात भेटले! पण त्याची गाठ पडण्याच्या आधीच 'नवनीता'तला कुठलाही श्लोक घ्यायचा आणि त्याबरहुकूम 'ट'ला 'ट' जुळवून नवा श्लोक तयार करायचा, हा खेळ मी खेळू लागलो होतो! ॲटलासमधील नकाशावरून नकाशा काढण्यातलाच हा प्रकार होता. माझ्या या कवितांचे विषय उष्टेच असत. एका कवीचे पीठ, दुसऱ्या कवीचे मीठ असा तो काव्यसंसार असे! या छंदाचा मला फायदा झाला तो एवढाच की, 'जेथे मामा गागा आला' इत्यादी वृत्तलक्षणे पाठ करण्यापूर्वीच मी शुद्ध वृत्तबद्ध पद्यरचना करू लागलो. मात्र मी

कविता लिहीत असतो, याचा मी कुणाला पत्ता लागू दिला नाही. कुमारवयातल्या प्रेमासारखेच त्या वयातील लेखन हेही माणसाचे एक गोड गुपित असते! हृदयाच्या चोरकप्प्यात ते रहस्य जपून ठेवायचे असते आणि रात्रीच्या एकांतात प्रसंगी स्वप्नात त्याचा वास घ्यायचा असतो!

कविता लिहिण्यापर्यंत माझी मजल पोहोचली तरी काव्य म्हणजे काय, हे मला नीट कळले होते असे वाटत नाही. अर्थात आकर्षकत्व आणि रसाचे आर्द्रत्व यांच्या पलीकडे असणारे काव्यातील सूचनारम्यत्व कसे आकलन करावे हे मला प्रथम कळले ते मी फर्ग्युसन कॉलेजात गेल्यावर! आमचे इंग्रजी काव्याचे प्राध्यापक वासुदेव बळवंत पटवर्धन यांच्याकडून. कॉलेजातल्या पहिल्या वर्षातला इंग्रजी काव्याचा तो तास मला अजून आठवतो. St. Agnes'Eve'ah! Bitter chill it was ही पहिली ओळ वासुदेवरावांनी उच्चारली आणि एक गोड, अननुभूत शिरशिरी माझ्या मनाला स्पर्श करून गेली. कीट्सच्या काव्यातली ती कडाक्याची थंडी वासुदेवराव आपल्या शब्दांनी, स्वरांनी आणि अभिनयाने मूर्तिमंत उभी करीत होते! ते अस्खलित वक्ते नव्हते. बोलताना एखाद्या शब्दापाशी ते अडखळत, मध्येच थांबत, पण फर्ग्युसन कॉलेजच्या ॲम्फी थिएटरच्या डाव्या बाजूच्या त्या वर्गात व्यासपीठावर वासुदेवराव चढले की तिथे निराळेच जग निर्माण होई. मग त्याच्या बाहेरच्या रुक्ष जगाशी काडीचाही संबंध उरत नसे. कॉलेजच्या मागची टेकडी तापत असली तरी आमच्या वर्गात कीट्सच्या कवितेतली ती कडाक्याची थंडी राज्य करी! बाहेर वृक्षवेली मनमोकळेपणाने हसत असल्या तरी आमच्या वर्गात मृत्युशय्येवर पडलेला आर्थर राजा आपल्या विश्वासू सरदारांशी गंभीर वाणीने बोलत राही! बाहेर बागेत रिकामटेकडी मुले खिदळत असली तरी आत सोहराब आणि रुस्तुम यांच्या द्वंद्वयुद्धातल्या खड्गांचा खणखणाट ऐकू येई! वासुदेवरावांचा तास हा काव्यरसाने काठोकाठ भरलेला पेला असे. त्या पेल्यातल्या उसळणाऱ्या फेसाने सारा वर्ग मोहून जाई! त्या रसाचे घुटके घेताघेता कवितेतल्या शब्दांची फुलपाखरे होत, तिच्यातल्या कल्पना कोकिळा बनत आणि ज्ञानाच्या पलीकडे चकचकणारी वीज मध्येच अलीकडे येऊन साऱ्या कवितेवर नवा प्रकाश टाकून जाई!

वासुदेवरावांनी शिकविलेल्या कवितांपैकी व्हिटमनच्या 'O Captain, My Captain' या कवितेचा मला अजून विसर पडलेला नाही. 'The port is near, the bells I hear, the people all exulting' ही ओळ आठवली की ती कविता आपल्या स्वराने, जिव्हाळ्याने आणि अभिनयाने साकार करू पाहणारे वासुदेवराव समोर उभे राहतात. लिंकन हा या कवितेचा नायक आहे. पण या तासापूर्वी तो कोण होता हे मला ठाऊक नव्हते. वासुदेवरावांचा तास सुरू झाला आणि गुलामगिरीविरुद्ध युद्ध पुकारणारा लिंकन, त्याने मिळविलेला अभूतपूर्व विजय आणि त्या विजयाच्या

मागोमाग अत्याचारी माणसाच्या गोळीने घडून आलेला त्याचा मृत्यू– हे सारे माझ्या डोळ्यांपुढे उभे राहिले. सुसाट वाऱ्याशी आणि पिसाट लाटांशी तोंड देत-देत जहाज किनाऱ्याजवळ आले आहे, पण नेमका याच वेळी त्या जहाजाचा कप्तान मरून पडला आहे अशा हृदयभेदक वर्णनाने व्हिटमनने या कवितेची सुरुवात केली आहे. लाटांबरोबर वरखाली होणाऱ्या जहाजाचा ताल या शोकगीताला लाभला आहे! वीरत्व आणि कारुण्य याचे अपूर्व मिश्रण त्यात झाले आहे. 'गड आला पण सिंह गेला' मधल्या शेवटच्या प्रकरणात झाले आहे तसे!

काव्याच्या बाह्य रंगरूपाच्या आत किती मोहक सुगंध लपलेला असतो याची जाणीव ही कविता शिकता शिकता मला झाली. त्यादिवशी वासुदेवरावांनी जणूकाही विविध रत्नांनी भरलेल्या इंग्रजी काव्यभांडाराची किल्लीच आमच्या हाती दिली! आतापर्यंत न लागलेली इंग्रजी कवितेची गोडी मला लागली. Golden Treasary मी वाचून काढली. शेले, कीट्स, वर्डस्वर्थ– हाताला मिळेल तो कवी मी वाचू लागलो. साहजिक, हरिभाऊ आपट्यांनी प्रथम प्रसिद्ध केलेली केशवसुतांची कविता माझ्या हाती पडली तेव्हा तिच्यात काही परके किंवा अवघड आहे असे मला वाटले नाही. १९१७ ते १९२० ही माझ्या आयुष्यातली तीन वर्षे मी मोठ्या विचित्र मन:स्थितीत– शरीर अंथरुणाला खिळले आहे आणि मन जत्रेत चुकलेल्या बालकाप्रमाणे भांबावून गेले आहे अशा स्थितीत काढली. त्या काळात या कवितेने माझ्या बहिणीइतकाच मला धीर दिला, आधार दिला.

❖

पहिलं पाऊल : टीका लेखन

रसिकता अधिक डोळस व्हावी म्हणून...

१९१९ ते १९२९ हे लेखन-क्षेत्रातल्या माझ्या उमेदवारीचं दशक. उमेदवारापाशी उमेद नेहमीच भरपूर असते! तशी ती माझ्या अंगीही होती, पण स्वत:चं सामर्थ्य आणि मर्यादा– आपलं बलस्थान आणि मर्मस्थान– यांची कल्पना विशी-पंचविशीतल्या अपरिपक्व मनाला कुठून येणार? लिहायचं, खूप खूप लिहायचं, जे जे मनात येईल ते ते कागदावर उतरावयाचं आणि लेखक म्हणून नाव मिळवायचं, या स्वप्नाच्या रेशमी धाग्यांनी भविष्याचं वस्त्र मनातल्या मनात मी विणीत आलो होतो. साहित्यात कीर्तिमंदिराकडं जाणारे राजरस्ते नसतात? ज्याला त्याला आपली पाऊलवाट शोधून काढावी लागते; एवढंच नव्हे, तर त्या वाटेने प्रवास करूनच ते मंदिर गाठावं लागतं, हे मी कुठंही वाचलं नव्हतं– कुणी मला सांगितलंही नव्हतं. कोल्हटकर-गडकरी ही त्यावेळची माझी वाङ्मयातली दैवतं. साहजिकच त्यांच्या पावलावर पाऊल टाकून मी पांढऱ्यावर काळं करू लागलो.

माझ्या गद्यलेखनाची सुरुवात विनोदी लेखनाने झाली. 'महात्मा बाबा', 'वैधव्याचे फायदे', 'लग्न आणि युद्ध' हे त्यातल्या काही लेखांचे मथळे. शाब्दिक कोटी व कल्पना-चमत्कृती हे कोल्हटकर संप्रदायाचे खास विशेष– अगदी दररोज वापरायचे दागिने! शाळेत असतानाच शाब्दिक कोट्या करण्याची सवय मला जडली. चमत्कृतीजनक कल्पनाही मला पुष्कळ सुचत. सामाजिक सुखदु:खांचा स्वतंत्रपणे विचार करण्याचं माझं ते वय नव्हतं. मात्र सामाजिक अन्यायांविरुद्ध लहानपणापासून मनात स्थूल प्रकारची चीड निर्माण झाली होती. ही चीड, त्या कोट्या आणि कोल्हटकर-गडकऱ्यांप्रमाणे काही तरी लिहिण्याची वेडी पण अनिवार हौस, यांच्या मिश्रणातून माझे ते प्रारंभीचे विनोदी लेख जन्माला आले.

त्या लेखांत 'टीकाकार आणि न्हावी' अशा मथळ्याचा एक लेख होता. शीर्षकावरून त्यात कोणत्या प्रकारचा मसाला भरला असेल, याची कल्पना करता येईल. पन्नास वर्षांपूर्वी साक्षरतेचा प्रसार आजच्यासारखा झाला नव्हता. बहुधा त्यामुळेच नापित समाजाने त्या लेखाबद्दल काही आक्षेप घेतला नाही! अशा रीतीनं टीकाकाराची न्हाव्याशी तुलना करणारा लेखक पुढे स्वत:च टीकाकार होईल हे कुणाला खरं वाटेल काय? पण तसं घडलं हे मात्र खरं!

काव्य-लेखन व विनोदी लेखन ही दोन्ही अनुकरणाच्या दृष्टीनं सोपी वाटल्यामुळे असो अथवा त्या क्षेत्रात त्यावेळी जे तारे चमकत होते त्यांची मनावर मोहिनी पडल्यामुळे असो, पहिले काही दिवस कविता व विनोदी लेख लिहिण्यात मी रमून गेलो. टीकाकार होण्याची ऊर्मी मनात कधी उचंबळून आलीच नाही. 'तोतयाचं बंड' वरील कोल्हटकरांची प्रदीर्घ टीका संस्कृत शब्दकोशाच्या साहाय्यानं शांकरभाष्य वाचावं तशी धडपडत, अडखळत कॉलेजातल्या पहिल्या वर्षी मी वाचली होती; पण ती माझ्या पचनी पडली नव्हती. त्या टीकेमध्ये अधूनमधून लंब कंस, चौकोनी कंस वगैरेंचे जेव्हा दर्शन झाले, तेव्हा टीकाशास्त्राचं गणिताशी फार जवळचं नातं आहे, प्रकांड पंडितानंच अशा प्रकारच्या लेखनाकडं वळावं, अशी माझी समजूत होऊन बसली होती. त्यामुळं मी टीकालेखनाकडं वळलो तो योगायोगानं.

या बाबतीत मला जे पहिलं स्फुरण झालं– म्हणजे लिहिण्याकरता माझे हात फुरफुरू लागले, ते 'नवयुग' मासिकातला माडखोलकरांचा 'केशवसुतांचा संप्रदाय' हा लेख वाचून. गडकऱ्यांनी 'दसरा' या कवितेत केशवसुतांच्या 'तुतारी' या कवितेचं जे अनुकरण केलं आहे ते नीरस व निर्जीव आहे असा माडखोलकरांनी शेरा मारला होता. मी पडलो गडकऱ्यांचा भक्त! मला तो कसा रुचावा? गडकऱ्यांचं वकीलपत्र घेणं हे आपलं परमपवित्र कर्तव्य आहे असं वाटून 'तुतारी वाङ्मय व दसरा' या मथळ्याखाली मी गडकऱ्यांची कैफियत दिली. ती 'नवयुग' मासिकात छापून आली. असले लेखन करताना चिमटे काढण्याची आणि कोपरखळ्या देण्याची संधी कशी मिळते आणि आपला लेख चुरचुरीत बनून तो लोकप्रिय कसा होतो याचा अनुभव मला आला. झालं! माणसाच्या रक्ताची चटक वाघाला लागावी तशी माझ्यातल्या लेखकाची स्थिती झाली. वाङ्मयीन वकीलपत्र घेण्यात (ते वकीलपत्र फिर्यादीचे असो वा आरोपीचं असो) आणि साहित्य विषयक वाद खेळण्यात (हे वाद बहुधा वितंडवादच ठरतात!) मोठी मौज असते यात शंका नाही. भजी, मिसळ किंवा चिवडा खाण्यातली लज्जत त्यात असते. त्यामुळं या पहिल्या टीकालेखानं माझी स्थिती वारा प्यायलेल्या वासरासारखी झाली. त्या वासराला चौखूर उड्या मारायला घराचं अंगण कधीच पुरत नाही! नकळत ते रस्त्यावर जातं. मीही असाच टीकाकार बनलो.

नवलाची गोष्ट म्हणजे माझा तो पहिला-वहिला छोटा टीकात्मक लेख प्रसिद्ध झाल्यानंतर, टीकालेखन करण्याविषयी मध्यम दर्जाच्या अनेक मासिकांकडून मला पत्रे येऊ लागली. खरं सांगायचं म्हणजे त्यावेळी मी साहित्यशास्त्र बिलकूल पढलो नव्हतो. वाङ्मयाच्या वेडामुळं मराठी खूप वाचलं होतं. माझ्या वयाच्या विद्यार्थ्यांच्या मानाने इंग्रजी व संस्कृत पुष्कळ चाळलं होतं, पण माझं वाचन ललित वाङ्मयाच्या द्वारे मिळणाऱ्या, दुःख-विस्मृती व स्वप्न-निर्मिती या दोन लाभांभोवती प्रदक्षिणा घालीत होतं. वेलीवर एखादं फूल फुलावं, त्याच्या सुगंधानं मोहित होऊन वाटसरू जागच्या जागी थबकावा, पाऊल न वाजविता त्या फुलाजवळ जाऊन त्यानं त्याचा रंग न्याहाळावा, त्याचा सुगंध उरी-पोटी भरून घ्यावा, तशी हातात पडणाऱ्या ललित साहित्याच्या बाबतीत माझी स्थिती होई; पण वनस्पतीशास्त्राच्या दृष्टीनं ते फूल, त्याचा रंग, त्याचा गंध यांच्याविषयी त्या वाटसरूला जसं काडीचंही ज्ञान असू नये, तसा साहित्यशास्त्रात मी अनभिज्ञ होतो. इंटरमध्येच कॉलेज सुटल्यामुळं संस्कृत व इंग्रजी या भिन्न पठडीतल्या साहित्यशास्त्रांच्या प्रयोगशाळांत मी कधीच पाऊल टाकलं नव्हतं. माझी ही मर्यादा मला टीकेच्या घोड्यावर का बसवीत आहे याचं मला पहिले काही दिवस कोडं पडलं; पण पुढे लिहिण्याच्या दुर्दम्य हौसेनं, आपण ज्याच्यावर बसणार आहोत ते घोडं किती नाठाळ आहे, इकडे लक्ष न देता मी सराईत घोडेस्वाराचं सोंग सजवू लागलो.

हे सारं आठवलं की, आज माझं मलाच हसू येतं. माणसाची पंचविशी केवळ प्रेमात पडण्याच्या दृष्टीनेच नव्हे तर इतर व्यवहारातही आंधळी असते हेच खरे! रविकिरण मंडळाच्या उदयाचा तो काळ. मी काव्य लेखन करीत असलो तरी कवी म्हणून मला फारसं कुणी ओळखीत नव्हतं. पण टीकाकार म्हणून मात्र माझा लवकरच बोलबाला सुरू झाला. 'काव्यविचार' हे त्यावेळचं एक चांगलं चर्चात्मक पुस्तक. त्याच्यावर 'महाराष्ट्र साहित्य' मासिकात मी दोन-तीन लेखांक लिहिले. स्वतःच्या खुज्या विद्वत्तेचे हात जिथे पोचू शकत नव्हते, तिथे इंग्रजीतली वाक्ये मी पेरीत असे. आपल्या ज्ञानाच्या अभावाची उणीव भरून काढण्याचा हा सुलभ मार्ग बहुतेक नवशिक्या टीकाकारांना आवडत असला पाहिजे!

लिहायची खुमखुमी मला गप्प बसू देत नव्हती. क्रिकेटच्या मोठ्या सामन्याआधी खेळाडू जसं नेट-प्रॅक्टिस करतात तशी ही माझी लेखनकामाठी होती, असं आता मला वाटतं, पण एका गोष्टीचं आश्चर्य मात्र अजून ओसरलं नाही. माझं उथळ टीकालेखन संपादक मंडळी का छापीत होती? संपादकांची गोष्ट राहू द्या, चांगले चांगले साहित्यिक मला का मानीत होते? 'विरहतरंग' प्रसिद्ध होताच माधवराव पटवर्धनांनी ते अगत्यानं माझ्याकडं पाठविलं. याचं परीक्षण करण्याची विनंती केली. 'रणगर्जना' या एका तत्कालीन साप्ताहिकात मी या काव्यावर लिहिलं. ते परीक्षण

आता माझ्या हाताशी नाही, पण उद्या ते उपलब्ध झालं तर माझं मला तरी ते वाचवेल की नाही याची शंका वाटते.

काव्यविचाराच्या परीक्षणाची आठवण पुसट आहे, पण जी आहे ती मनासमोर उभी राहिली म्हणजे माझ्या धाष्ट्यचिं मलाच नवल वाटतं. सत्कवींनी आणि प्रसिद्ध पंडितांनी त्या पुस्तकात काव्यविषयक निबंध लिहिले होते. त्यांचे गुणदोष दाखविण्याचा माझा अधिकार एखाद्या वात्रट पोरानं आपल्या मास्तरांना परीक्षेला बसवून त्यांचा पेपर तपासण्याचा आव आणावा इतपतच होता. ते पुस्तक माझ्याकडे अभिप्रायार्थ आल्यावर 'माझा साहित्याचा अभ्यास फार थोडा आहे' असं म्हणून हात झाडून मोकळं व्हावं की नाही? पण माझा अहंकार आडवा आला. लेखक म्हणवून घेणाऱ्या प्राण्याच्या अहंकारानं साहित्यसृष्टीत आजपर्यंत किती धुमाकूळ घातला असेल ते परमेश्वरालाच ठाऊक!

आपल्या पुस्तकाचा थोडा गाजावाजा व्हावा, ते प्रसिद्ध झाल्याचं चारचौघांना कळावं, शक्य तर त्याची स्तुतिस्तोत्रं गायली जावीत, असं प्रकाशकांना वाटणं स्वाभाविक आहे. सर्वसामान्य वाचकाला समीक्षकाच्या मध्यस्थीशिवाय कुठल्याही पुस्तकाचा पत्ता लागणं अशक्य असतं. मग झाडून साऱ्या नियतकालिकांकडे अभिप्रायाकरिता प्रती पाठवा, समीक्षक मानल्या जाणाऱ्या व्यक्तीकडे पुस्तकं रवाना करा, इ. गोष्टी ओघानंच येतात. वृत्तपत्रांत अनुकूल अभिप्राय आला म्हणजे लेखक-प्रकाशकांना थोडं बरं वाटतं. साहजिकच परीक्षण लिहिणाऱ्याच्या लायकीवर बोट ठेवून त्यांचं चालण्याजोगं नसतं. मामुली टीकालेखन करताच मी एक टीकाकार मानला जाऊ लागलो. याच्या मुळाशी बहुधा ही व्यावहारिक कारणे असावीत.

दिवसेंदिवस माझ्याकडं अभिप्रायार्थ अधिक पुस्तकं येऊ लागली. मीही त्यांचा यथाशक्ती समाचार घेऊ लागलो. मात्र त्यातलं बहुतेक लेखन नगाऱ्यासारखं होतं. आतून पोकळ, पण बाहेरून कुणी काठी मारली की कानठळ्या बसविणारा आवाज करणारं!

प्राथमिक स्वरूपाच्या या टीकालेखनात पांडित्य प्रदर्शनाचा माझा सोस अनेकदा प्रगट होई. एखाद्या काव्याविषयी आपले मत स्पष्ट सांगण्याऐवजी परीक्षणाच्या आरंभी एखादा काव्यविषयक इंग्रजी उतारा ठोकून द्यायचा, अधूनमधून शेले असे म्हणतो, कोलरिज तसं म्हणतो, अशी मल्लिनाथी करायची आणि गुढीपाडव्यादिवशी कडुनिंबाची पानं खायला दिल्यानंतर पेढ्याचा लहानसा तुकडा हातावर ठेवावा, त्याप्रमाणं भरपूर दोष-दिग्दर्शन करून मग 'एकंदरीत या पुस्तकानं मराठी वाङ्मयात चांगली भर घातली आहे' असल्या गोलमाल शेऱ्याने लेखकाची बोळवण करायची, हा या परीक्षणांचा खाक्या असे.

आपण जे लिहीत आहोत ते छापून येतंय, या धुंदीतच काही दिवस मी होतो.

पण टीकालेखनाचा हा बिनभांडवली धंदा बिनबुडाचा आहे हे हळूहळू माझ्या लक्षात येऊ लागलं. बाराव्या वर्षापासून मराठीतलं मिळेल ते टीकालेखन मी वाचीत आलो होतो. कॉलेजात असताना गडकऱ्यांच्या सांगण्यावरून 'विविध ज्ञान-विस्तारा'ची जुनी बांधीव पुस्तके मी वाचून काढली होती, पण हे भांडवल तुटपुंजं होतं. शब्दावडंबरानं किंवा अप्रस्तुत कोट्याकल्पनांनी माझ्या विद्वत्तेचा अभाव मी उघडा पडू देत नव्हतो हे खरं, पण टीकालेखनातल्या माझ्या या वैगुण्यावर हळुवारपणे नेमकं बोट ठेवलं ते श्रीपाद कृष्णांनी. भालेरावांच्या 'अरविंद' मासिकात विनायकाच्या कवितेवर मी एक भलं मोठं परीक्षण लिहिलं. ते वाचून श्रीपाद कृष्णांनी पुढील मजकुराचं पत्र मला पाठवलं– 'तुमचा लेख चटकदार आहे यात संशय नाही. पण तुमच्या लेखातल्या अनेक ठिकाणच्या कल्पना-विलासाला विनायकांच्या कवितेत काही आधार नाही. त्यांच्या कवितेत जे मुळातच नाही, ते आपल्या कल्पनेनं तुम्ही सजवून मांडलं आहे.'

हे पत्र मी अनेकदा वाचलं. मग माझ्या लक्षात आलं की, विनायकांच्या कवितेवर लिहिताना शाहिरी कविता, ऐतिहासिक कविता, राष्ट्रीय कविता, विनायकांच्या प्रतिमेचं खरं स्वरूप, इ. गोष्टींविषयी तर्कशुद्ध विवेचन करून त्यांच्या कवितेचं मूल्यमापन करण्याऐवजी सुतानं स्वर्गाला जावं त्याप्रमाणे त्यांच्या कवितेतली एखादी सुंदर ओळ घेऊन तिच्यावर भाष्य करण्यातच मी रंगून गेलो आहे. ही चूक लक्षात येताच मी अंतर्मुख झालो. टीकाकाराचं वाचन विविध आणि विस्तृत असायल हवं, ते केवळ पोपटपंचीचं असता कामा नये; परीक्षणात त्याचं स्वतंत्र चिंतन प्रकट झालं पाहिजे; ज्या पुस्तकाचं आपण परीक्षण करतो त्याच्याशी संबद्ध असलेल्या सर्व गोष्टींचा अभ्यास त्यानं आवर्जून करायला हवा, थोडक्यात सांगायचं म्हणजे टीकाकाराच्या मागं मोठी तपश्चर्या हवी, हे मला पुरेपूर कळून चुकलं. नाटक कंपनीतल्या आचाऱ्यानं भरजरी पोषाख अंगावर चढवावा आणि चार फळ्यांच्या सिंहासनावर बसून मालकांचे मुजरे घ्यावेत, अशा प्रकारचं टीकालेखन कुणीही लेखक करू शकतो.

केळकर, कोल्हटकर, बाळकृष्ण अनंत भिडे इ. टीकाकार मला विद्यार्थीदशेपासून आवडत होते, पण त्यांच्या टीकालेखांचे स्वतंत्र संग्रह प्रसिद्ध झाले नसल्यामुळे त्यातल्या एकाचीही टीकापद्धती मी अभ्यासली नव्हती. श्रीपाद कृष्णांच्या 'तोतयाचं बंड' मधल्या सूक्ष्म चिकित्सकतेकडं मी भीतियुक्त आदराने पाहत आलो होतो; पण त्यांच्या 'प्रेमाभास' सारख्या टीकेतल्या उपहास, उपरोध इत्यदिकांमुळे त्यांच्या लेखनाला जो चटकदारपणा आला होता, त्यामुळं अशा प्रकारच्या लेखनाचं मला मोठं आकर्षण वाटत आलं होतं. कोल्हटकरांच्याकडून त्यांचे सर्व टीकालेख मी मागवून घेतले. ते काळजीपूर्वक अभ्यासले. केवळ साहित्यशास्त्राचाच नव्हे तर

सामाजिक व इतर शास्त्रांचाही टीकाकाराने अभ्यास करणे किती आवश्यक आहे याची जाणीव मला या लेखसंग्रहाने करून दिली. शिरोड्यासारख्या एका कोपऱ्यातल्या खेड्यात हवं ते इंग्रजी पुस्तक हुकमी मिळणं शक्य नव्हतं; पण कधी पुण्या-मुंबईच्या स्नेह्यांमार्फत ग्रंथालयातून मिळवून, तर कधी ते विकत आणवून मी माझ्या टीकाविषयक वाचनाला थोडा चौरसपणा यावा म्हणून धडपडू लागलो. कुणाचंही प्रतिपादन– मग तो ॲरिस्टॉटल असो अथवा अभिनवगुप्त असो– आंधळेपणानं स्वीकारायचं नाही; आपल्या समाजाच्या आणि मानवजातीच्या अनुभवांच्या कसोटीला ते उतरतं की नाही हे पाहायचं, असा प्रयत्न मी करू लागलो. स्वतंत्र विचार करणं या जगात किती कठीण आहे याची कल्पना प्रथम यावेळी मला आली. आपण बोलून दाखवितो ते विचार आपले आहेत असं माणसाला नेहमी वाटत असतं, पण थोडं खोलात गेलं की आपण सदैव दुसऱ्या कुणाचे तरी विचार बोलून दाखवीत आहोत, हे त्याच्या लक्षात येऊ लागतं. आपले विचार हे बहुधा प्रतिध्वनी असतात– मग ते प्राचीन काळातल्या पूर्वजांचे असोत किंवा आधुनिक पाश्चात्त्य पंडितांचे असोत!

हे सारं समजण्याइतकं पचवणं सोपं नव्हतं. (पचनाच्या दृष्टीने शुद्ध सत्याइतका जड पदार्थ दुसरा कोणताही नाही.) मी त्यामुळे एकीकडं टीकालेखनाला उपयुक्त असं वाचन-चिंतन करीत होतो. १९२४ साली माझे स्नेही श्री. मेघश्याम शिरोडकर यांनी सावंतवाडी येथे 'वैनतेय' साप्ताहिक सुरू केले. या साप्ताहिकाच्या प्रत्येक अंकासाठी मी लिहीत असे. या लेखनाचा एक भाग म्हणून 'वैनतेया'त 'परिचयाची परडी' या नावाचं सदर मी सुरू केले. लहान-मोठ्या पुस्तकांची परीक्षणे या सदरात येत असत. टीकाकार म्हणून मासिकातल्या लेखनाने मला जी प्रसिद्धी मिळवून दिली, तिच्यात या नियमित परीक्षणांनी भर घातली. श्रीपाद कृष्ण, तात्यासाहेब केळकर, वामन मल्हार जोशी इ. नामांकित साहित्यिकांकडे 'वैनतेय' भेटीदाखल जात असे. त्यांच्या वाचनात ही परीक्षणे येत. अधूनमधून आपल्या प्रतिक्रिया ते कळवीत. त्यामुळे मला मूठभर मांस चढे.

टीकालेखनात पांडित्य प्रदर्शन करण्याची माझी हौस आता पूर्णपणे मागे पडली; पण तिची जागा दुसऱ्या एका तीव्र इच्छेने घेतली. साहित्यात सुंदर, सुगंधी, वृक्षवेलीप्रमाणं कुरूप, काटेरी झाडं-झुडुपंही उदंड उगवतात! ही अनावश्यक झाडं-झुडपं छाटणं हे टीकाकाराचं काम आहे, असा विचार माझ्या मनात घोळू लागला. बापाने हाती कुऱ्हाड दिल्यावर छोट्या जॉर्ज वॉशिंग्टनने समोर दिसलेल्या त्या झाडावर तिचा प्रयोग करायला सुरुवात केली अशी दंतकथा आहे. तरुण टीकाकारही त्याच मन:स्थितीत असतो. लेखणी हत्यारासारखी चालविता येते हे ध्यानी आल्यावर त्याला चुरचुरीत, खुसखुशीत लिहिण्याची चटक लागते. त्याच्या सुदैवानं वाङ्मयाच्या

बाजारात भिकार माल नेहमीच भरपूर प्रमाणात उपलब्ध होऊ शकतो. असलं लिखाण म्हणजे टीकाकाराच्या लेखणीच्या स्वैर-लीलांना पूर्ण अवसर देणारा रंगमंच.

१९२० ते १९३० या दशकात पुढे पुढे माझे जे टीकालेख गाजले ते बहुतेक अशा प्रकारचे होते. दुसऱ्याला टोपी घालणं आणि दुसऱ्याची टोपी उडवणं या दोन्ही गोष्टी नाही म्हटलं तरी माणसाच्या रक्तातच असतात. त्यामुळे साहित्यात अ ने ब ची टोपी उडविली की, ते दृश्य पाहावयाला क, ड आणि ढ ही मंडळी नेहमीच तयार असतात. चिकित्सेच्या दृष्टीने चांगलं असलेलं टीकालेखन फारसं वाचलं जात नसलं तरी एखाद्याची रेवडी उडविणारी खमंग टीका हां हां म्हणता लोकप्रिय होते! 'सौभाग्य लक्ष्मी', 'काव्यकथा', 'मोत्यांची माळ', 'त्रिदल व त्याचे काटे', 'मेनका', 'सरोज छे! पंकज' इ. माझी अनेक परीक्षणे त्याकाळी लोकप्रिय झाली, याचं कारण सामान्य वाचक काही तरी चविष्ट, चटकदार वाचायला अधिक आतुर असतो हेच आहे. या लेखनातल्या विवेचनाच्या उथळपणाशी किंवा सखोलपणाच्या अभावाशी त्याला काही कर्तव्य नसतं.

मात्र त्याकाळी केलेल्या अशा प्रकारच्या टीकालेखनाचा आजही मला पश्चात्ताप होत नाही. साहित्य व साहित्याशी संबद्ध असलेले जीवन या दोन क्षेत्रांत वाटेल त्यानं उठावं आणि हवा तो धुडगूस घालावा याला काही अर्थ नाही. कठोर टीकाकार या पुंडगिरीला थोडासा आळा घालू शकतो. मात्र तो पूर्णपणे नि:पक्षपाती असला पाहिजे. उपहास, उपरोध, विडंबन वगैरेंचा उपयोग करून लिहिलेल्या या माझ्या टीकालेखांनी त्या काळी लोकांचे लक्ष वेधून घेतले. मात्र आज मी मागं वळून पाहतो, तेव्हा पवनचक्कीला राक्षस मानून तिच्यावर चाल करून येणाऱ्या डॉन क्विक्झोटसारखा हा माझा अट्टाहास होता असं मला वाटतं!

वानगी म्हणून 'मोत्यांची माळ' या परीक्षणासंबंधी थोडेसे सविस्तर लिहितो. नागपूरचे नारायण केशव बेहेरे या प्रसिद्ध लेखकाचा आकाराने मोठा असा हा काव्यसंग्रह. बेहेऱ्यांची काव्यशक्ती बेताचीच; पण काव्यप्रसूती मात्र जबरदस्त होती. ते माझ्या चांगल्या परिचयाचे होते. आपला काव्यसंग्रह त्यांनी माझ्याकडे अभिप्रायार्थ पाठविला. त्यांच्यासारख्या प्रतिष्ठित लेखकानं काव्य म्हणून नीरस, गद्यप्राय लिखाण करीत सुटावं आणि आपल्यासारख्या समीक्षकानं मूग गिळून गप्प बसावं हे मला प्रशस्त वाटलं नाही. 'शब्द जुळविता कविता बनते! बघता बघताना' ही ज्या कवीची कवितेची कल्पना, त्याचा खरपूस समाचार घेतला पाहिजे असे वाटून मी त्या काव्यसंग्रहाचे परीक्षण केले. त्या परीक्षणातील एक लहानसा उतारा पुढं देतो; त्यावरून बेहेऱ्यांची काव्यशक्ती आणि माझी परीक्षण पद्धती या दोन्हींचीही थोडी कल्पना येईल–

'कला व सौंदर्यदृष्टी यांच्या अभावामुळं उत्पन्न होणारे दोष 'मोत्यांच्या माळे'त हवे तितके सापडतील. 'नमस्कार केला कोणी कुठल्या देवा! लाभतो तयाला मोक्षाचा परि मेवा' या चरणात वरच्या 'देवा'साठी कवीनी खाली मोक्षाचा 'मेवा' केला आहे! स्त्रियांच्या वटपूजेचं वर्णन करावयाचं असतं तर 'भक्तीने पूजिती स्त्रिया सदाचि वडा! लाभतो तयाना मोक्षाचा मग चिवडा' असं लिहायलाही त्यांनी कमी केलं नसतं. वरील मोक्षमेवा पाहून परमेश्वर हा एक प्रसिद्ध हलवाई आहे अशी बालवाचकांची समजूत होणं असंभवनीय नाही. इतरांच्या दृष्टीने आम्ही हास्यास्पद होऊ हा अर्थ 'परकियांचे हास्य होऊ' या चरणाने ते व्यक्त करतात. 'शाळा, विहीर, देव! ही सार्वजनिक ठेव' या 'आनंदकंद' जातीतील त्यांच्या ओळी आहेत. दुसरी ओळ म्हणताना 'सार्वजनिक ठेवीतील' 'ज' चा अपहार करावा लागतो! पण राष्ट्रीय संदेश देण्यात गुंग असणाऱ्या कवीला त्याची दाद कुठून असणार! 'चिरंजीवास' या कवितेत एका कडव्यात चिरंजीव आकाशातला स्वतंत्रतेचा सूर्य पाडण्याकरिता छडी उभी करतात! आजपर्यंत छडीला विद्यार्थी भीत होते; पण बेहेऱ्यांनी ती पाळी सूर्यावरही आणली. अशा रीतीने सूर्य तडाख्यात सापडल्यावर चंद्राचा समाचार घेणं काही कठीण नाही. तो शेवटच्या कडव्यात घेण्यात आला आहे. ते कडवे असे–

तो स्वराज्य-चंद्र दूरी
मॉंटेग्यू ठरवी, परी! पकडण्यास त्यास करी
खचित खचित या उड्या! शंका नच छबुकड्या

आईच्या कडेवर बसलेल्या बाळाला मॉंटेग्यूची देखील माहिती आहे. पार्लमेंटने नेमलेल्या कमेटीपुढे त्यानं साक्ष दिली होती असं म्हटलं असतं तरी काही कमी रसनिष्पत्ती झाली नसती!'

याच पद्धतीची शुक्लांच्या 'सौभाग्यलक्ष्मी' नाटकावरली माझी सुमारे ३५ पृष्ठांची टीका 'मासिक मनोरंजन'च्या दिवाळी अंकात प्रसिद्ध झाली. वसंतराव नाईक हे इंग्रजीचे जाणकार पंडित आणि साहित्य-मर्मज्ञ गृहस्थ त्यावेळी 'मनोरंजन'चे संपादक होते. त्यांनी या परीक्षणाबाबत लिहिलेलं इंग्रजी पत्र मला अद्यापही आठवतं. माझ्या टीकेच्या चटकदारपणाचं कौतुक करून त्यांनी मला एक प्रश्न विचारला होता, 'एवढा दारूगोळा खर्च करण्याइतकं हे नाटक साहित्याच्या दृष्टीने महत्त्वाचं आहे काय?' त्यांच्या या प्रश्नानं मला विचार करायला लावलं. माझी परीक्षणं चटकदार म्हणून लोक वाचीत होते. त्यांचा बोलबाला होत होता. साहित्याच्या उद्यानात रान माजू लागलं, तर ते नाहीसं करणं आवश्यक आहे हे खरं, पण काही झालं तरी हे टीकाकाराचं दुय्यम काम. अभिजात साहित्यात अवगाहन करून रसिकांना जो अंतर्मुख करील, जो कलाकृतीचे सौंदर्य सामान्यांना समजावून देईल;

प्रचलित रसिकता अधिक डोळस व्हावी म्हणून जो झटेल आणि वाङ्मयीन अभिरुचीला जो नवीन वळण लावील, तो खरा अव्वल दर्जाचा टीकाकार याची जाणीव मला झाली.

वसंतराव नाईकांच्या या पत्रानं माझ्या टीकालेखनाचा रोख पुन्हा बदलला. मध्यंतरीच्या काळात हार्डी, इब्सेन, चेकॉव इत्यादी अनेक पाश्चात्त्य ग्रंथकार माझ्या वाचनात आले होते. मराठी रसिकांना त्यांचा परिचय करून देणे आवश्यक आहे असं माझ्या मनानं घेतलं. इब्सेनवर एक पुस्तक लिहायचा संकल्प सोडून मी कामाला लागलो, पण मराठी रंगभूमीची उतरती कळा आणि इब्सेनच्या अभ्यासाची अपुरी साधनं यामुळं तो विचार मला सोडून द्यावा लागला. पण अभिजात ललितलेखकांचा चिकित्सक आणि आस्वादक असा दुहेरी परामर्श घेण्याची माझी इच्छा बळावतच गेली. या इच्छेतूनच 'गडकरी व्यक्ती आणि वाङ्मय' या पुस्तकाच्या लेखनाकडे मी वळलो.

आपण ज्यांच्यावर टीकेची झोड उठवितो, त्यांच्या मनात आपल्याविषयी एक प्रकारची अढी निर्माण होण्याचा संभव असतो. एका दृष्टीनं हे मनुष्य-स्वभावाला धरूनच आहे; पण या बाबतीतला नाटककार शुक्ल यांचा अनुभव अगदी वेगळा, केवळ अविस्मरणीय आहे. त्यांच्या 'सौभाग्यलक्ष्मी' नाटकाचा साग्रसंगीत पंचनामा करूनच मी थांबलो नव्हतो. शाब्दिक कोटीच्या मोहाला बळी पडून 'नाट्यकलेच्या मागं त्यांनी आपलं शुक्लकाष्ठ लावू नये' असंही मी लिहून गेलो होतो, पण शुक्ल मनानं मोठे. माझ्या त्या प्रदीर्घ, प्रतिकूल पण सद्हेतूमूलक टीकेचा त्यांनी राग मानला नाही. उलट आपणहून माझी ओळख करून घेतली. त्या ओळखीचं रूपांतर पुढं स्नेहात झालं. एवढंच नव्हे तर अनेक वर्षांनी 'सौभाग्यलक्ष्मी' नाटकाची रंगावृत्ती प्रसिद्ध करताना माझ्या टीकेतील ग्राह्यांश यांनी स्वीकारला. नाटकाची काटछाट करून ते नीटस बनवलं; आणि या सर्व गोष्टींवर कळस म्हणूनच काय! ती आवृत्ती त्यांनी मला अर्पण केली.

साहित्यात काय किंवा जीवनात काय मनाचा असा मोठेपणा फार दुर्मिळ!

पहिलं पाऊल : कथा लेखन

सुकुमार अर्थगर्भ कला

माझी प्रकाशित झालेली पहिली गोष्ट मी १९१९ साली लिहिली. त्यापूर्वी १९१४-१५ मध्ये कॉलेजात असताना क्वचित् गोष्ट लिहिण्याची लहर मला येत असे, पण त्यावेळी लिहायला घेतलेली कुठलीही गोष्ट पुरी केल्याचे मला आठवत नाही. कथेपेक्षा कविता, विनोदी लेख व नाटके लिहिण्याकडे माझा अधिक ओढा होता. १९१४ साली सांगलीहून पुण्याला कॉलेजचा विद्यार्थी म्हणून मी गेलो. त्यावेळी मी उणापुरा सोळा वर्षांचा असेन, पण वयाच्या बाराव्या-तेराव्या वर्षीच कोल्हटकरांच्या वाङ्मयाने मनावर मोहिनी घातली असल्यामुळे लिहावे तर कोल्हटकरांसारखे असे मला नेहमी वाटे. अनुकरण– मग ते कुणाचेही असो वा कोणत्याही क्षेत्रातले असो– म्हणजे आत्महत्या हे कळण्याचे माझे वय नव्हते ते!

साहजिकच वाङ्मयाच्या ज्या क्षेत्रावर त्याकाळी कोल्हटकरांचे अधिराज्य सुरू होते त्यातच प्रवेश करण्याची इच्छा मला व्हावी यात मुळीच नवल नव्हते. पुण्याला आल्यावर गडकऱ्यांची ओळख होण्याचे भाग्य मला लाभले. त्यांच्या सहवासात कोल्हटकर-वाङ्मयाविषयीची माझी भक्ती वृद्धींगतच होत गेली. 'तात्या ती तलवार एक तुमची, बाकी विळे-कोयते' ही गडकऱ्यांची ओळ 'या अर्ध्या मिटल्या नयनी, बाळ काय बोलत नाही' या चरणाइतकीच त्यावेळी मी गुणगुणत असे.

गडकऱ्यांच्या सान्निध्यात माझी लेखक होण्याची इच्छा विशेष बळावली. मात्र तेव्हा मला स्वप्ने पडत ती माझ्या रंगभूमीवर आलेल्या नाटकातल्या वाक्यांना कडाडून टाळ्या पडत असल्याची, माझ्या विनोदी लेखांनी शेकडो लोक पोट धरधरून हसत असल्याची! या स्वप्नांना पोषक असेच माझ्या भोवतालचे वातावरण होते. एक दिवशी रात्री गडकरी मला गंधर्व नाटक मंडळीत जेवायला घेऊन गेले.

तो काळ मराठी रंगभूमीच्या वैभवाचा होता. गंधर्व कंपनी ही तर साऱ्या नाटकमंडळ्यांची राणी होती. गडकऱ्यांचे 'पुण्यप्रभाव' घेण्याच्या वाटाघाटीही त्यावेळी कंपनीत चालू असाव्यात. अर्थात् जेवणाचा थाट मोठा रुबाबदार होता. गडकऱ्यांच्या शेजारच्या पाटावर खाली मान घालून मी कसाबसा जेवण्याचा प्रयत्न करीत होतो. चाळीस चोरांच्या गुहेत शिरलेल्या अलीबाबासारखी माझी स्थिती झाली होती. जेवताना गडकऱ्यांच्या तोंडाचा पट्टा एकसारखा सुरू होताच. मधेच बालगंधर्वांनी त्यांना विचारले, 'मास्तर, हा कोण मुलगा आणला आहे आज बरोबर?' गडकरी क्षणभर थांबले. माझ्याकडे वळून पुन्हा नारायणरावांच्याकडे पाहत ते गंभीरपणाने उद्गारले, 'कोल्हटकरांच्या गादीचा वारस आहे हा!'

गडकऱ्यांना अतिशयोक्तीने बोलायची सवय आहे हे त्या वेळीही मला ठाऊक होते, पण बालगंधर्वांना त्यांनी दिलेल्या या अनपेक्षित उत्तराचा माझ्या मनावर फार विलक्षण परिणाम झाला. कोल्हटकरांच्यासारखे लिहायचे, इतकेच नव्हे तर जे जे वाङ्मयप्रकार कोल्हटकर हाताळतात त्यातच आपल्याला यश मिळेल, अशी माझी मूळची समजूत त्यांच्या या उद्गारांनी अगदी दृढ होऊन गेली. त्यामुळे कथालेखनाचा विचारसुद्धा पुढे कितीतरी वर्षे माझ्या डोक्यात आला नाही.

१९१९ च्या ऑगस्टमध्ये माझे आजोबा बाबाकाका माईणकर वारले. प्रेमळपणा, संभाषणचातुर्य आणि प्रतिकूल परिस्थितीतही हसतमुखाने जीवन कंठण्याची प्रवृत्ती या त्यांच्या गुणांवर मी लहानपणापासून लुब्ध होतो. त्यामुळे त्यांच्या मृत्यूच्या वार्तेने मी विलक्षण अस्वस्थ झालो. त्यादिवशी काही केल्या मला झोप येईना. शेवटी मध्यरात्री मी अंथरुणावरून उठलो. काहीतरी लिहीतवाचीत बसावे म्हणजे मनाला थोडे बरे वाटेल अशा कल्पनेने मी वही आणि पेन्सिल घेतली. बाहेर धो धो पाऊस पडत होता. पण थोड्याच वेळात त्याचा आवाज मला ऐकू येईनासा झाला. तासाभराने मला आढळून आले की मी एक गोष्ट लिहीत आहे. 'घर कुणाचे?' हे त्या कथेचे नाव! ती एका घडलेल्या हकिगतीवरच आधारली होती. ती सत्यकथा मी जेव्हा प्रथम ऐकली तेव्हा एकीकडे माझे मन करुणेने विरघळत होते, दुसरीकडे ते संतापाने जळत होते. बारीकसा काटा पायात सतत सलत राहावा तशी त्या हकिगतीची टोचणी माझ्या मनाला पुढे अनेक दिवस लागली होती, पण आपण तिच्यातून एखादी कथा निर्माण करू शकू असे मात्र मला कधीच वाटले नव्हते. शेवटी त्यादिवशी रात्री मृत्यूच्या गूढ, भीषण छायेत माझे मन वेड्यासारखे भटकत असताना, अंतःकरणात साठत आलेले एका अभागिनीविषयीचे दुःख 'घर कुणाचे?' या कथेच्या रूपाने प्रगट झाले.

याच वेळी मी 'उद्यान' व 'नवयुग' या दोन मासिकांतून कवी व विनोदी लेखक म्हणून नुकताच लोकांपुढे येऊ लागलो होतो. त्या मासिकांचे संपादक कै. गणपतराव

कुलकर्णी हे मला नेहमी प्रोत्साहनपर पत्रे पाठवीत. आपण लिहिलेली गोष्ट त्यांच्याकडे पाठविली तर ती बहुधा छापून येईल हे मला कळत होते; पण ती त्यांच्याकडे पाठविण्याचा धीर मला कधीच झाला नाही. आपण कथालेखक होण्याकरिता जन्माला आलेलो नाही, अर्थात् आपल्या कथेत त्यांना आवडेल असे काही असणे शक्य नाही, अशीच त्यावेळी माझी ठाम समजूत होती.

ही कथा माझ्या वहीत चार वर्षे तशीच पडून राहिली. या अवधीत मी शिरोड्याला जाऊन इंग्रजी शाळेचा हेडमास्तर झालो होतो. त्या वेळच्या अनेक मासिकांतून माझ्या कविता, टीकालेख व विनोदी लेख प्रसिद्ध होऊ लागले होते. कवी विरकुड यांचे 'महाराष्ट्रसाहित्य' हे मासिक यावेळी तरुण मंडळींत विशेष लोकप्रिय होते. १९२३ साली आपल्या वर्षारंभाच्या अंकाकरिता विरकुडांनी माझ्याकडे विनोदी लेखाची मागणी केली. ज्याच्या डोक्यावर 'विनोदी' म्हणून शिक्का मारता येईल असे लिखाण माझ्यापाशी मुळीच शिल्लक नव्हते. शाळेच्या कामामुळे नवीन लिहायला फुरसदही नव्हती. विरकुडांना काही ना काही पाठवणे आवश्यक होते. शेवटी मी मनाचा धीर केला; आणि चार वर्षे गोदामात पडून राहिलेला तो माल विरकुडांच्याकडे भीतभीत पाठवून दिला. आपली गोष्ट 'साभार परत' येते की काय अशी पुढे चारआठ दिवस मला विलक्षण धाकधूक वाटत होती. शाळेचे टपाल आले की त्यात एखादे जाडजूड बुकपोष्ट तर नाही ना, हे मी आधी न्याहाळून पाहायचो!

'महाराष्ट्रसाहित्या'चा तो अंक योग्य वेळी प्रसिद्ध झाला. माझी गोष्ट त्यात आली होती. माझा जीव भांड्यात पडला. ती छापील गोष्ट माझ्या विनोदी लेखापेक्षा सरस आहे असा मला भास झाला; पण मला तो लेखकाचा आत्मभ्रम वाटला. पुढे दोन-तीन दिवसांतच श्रीपाद कृष्ण कोल्हटकरांचे मला पत्र आले. त्या गोष्टीचा सुगावा मी त्यांना बिलकूल लागू दिला नव्हता. त्यांनी आपल्या पत्रात तो उल्लेख मुद्दाम केला होता. 'अंक चाळता चाळता तुमची गोष्ट पाहिली. मोठे आश्चर्य वाटले. गोष्ट एकदा वाचली. ती वाचून पुरे समाधान झाले नाही. म्हणून लगेच दुसऱ्यांदा वाचली आणि ती तिसऱ्यांदा वाचण्यापूर्वी मला झालेला आनंद तुम्हाला कळविण्याकरिता लगेच हे पत्र मी लिहायला बसलो आहे. तुमची प्रकृती कथाकराची आहे. ती कवीची किंवा विनोदी लेखकाची नाही. तेव्हा तुम्ही काव्यलेखन आणि विनोदी लेखन यांच्यापेक्षा कथालेखनाकडे अधिक लक्ष द्यावे असे माझे तुम्हाला आग्रहाचे सांगणे आहे.' अशा अर्थाचा मजकूर त्या पत्रात होता.

सामान्य मनुष्याच्या आयुष्यातही काही क्रांतिक्षण येतात. ते पत्र मी वाचले तो क्षण असाच होता. ज्यांना मी विद्यार्थीदशेपासून लेखनगुरू मानीत आलो होतो, ज्यांच्या पांडित्याविषयी आणि रसिकतेविषयी गडकरी व केळकर यांच्यासारख्या

वाङ्मयप्रभूंना अत्यंत आदर वाटत आला होता, त्या श्रीपाद कृष्ण कोल्हटकरांना माझी गोष्ट आवडली होती. 'तुम्ही कथाच लिहा' असा आग्रह मला ते करीत होते!

त्या पत्राने माझे डोळे उघडले. मी आत्मपरीक्षण करू लागलो. कोल्हटकरांचे म्हणणे बरोबर आहे अशी माझी खात्री झाली. कथा-लेखनाची नवी ऊर्मी माझ्या मनात उसळली. जणू काही या क्षणाची वाट पाहत ती आत आत कुठेतरी लपून बसली होती. १९२५ पासून मी भराभर गोष्टी लिहू लागलो. त्याच वेळी 'रत्नाकर' व 'यशवंत' ही दोन मासिके निघाली व अल्पावधित लोकप्रिय झाली. या मासिकांनी इतर अनेक लेखकांप्रमाणे मलाही लोकप्रियता मिळवून देण्याच्या कामी साहाय्य केले. मोबदल्याच्या बाबतीत या दोन मासिकांकडून कित्येकांची निराशा झाली असेल, पण 'रत्नाकर'चे गोखले आणि 'यशवंत'चे वीरकर यांच्या संपादकीय ऋणातून आपणाला कधीही मुक्त होता येणार नाही असे माझ्याप्रमाणे अनेकांना अद्यापिही वाटत असेल. या दोघांपाशी नव्या कल्पना होत्या, सौंदर्यदृष्टी होती, साहस होते, ईर्ष्या होती. कुठल्याही क्षेत्रामध्ये विशेष चमक दाखवू इच्छिणाऱ्यांच्या अंगी व्यवहाराकडे पाठ फिरवणारे जे एक वेड असावे लागते तेही त्यांच्यामध्ये होते. (शिरोड्यासारख्या कोकणाच्या कोपऱ्यातल्या एका खेडेगावात मला भेटायला येऊन दर महिन्याला 'यशवंत'ला गोष्ट देण्याचे अभिवचन वीरकरांनी माझ्याकडून घेतले नसते तर १९२७ नंतरच्या चार-पाच वर्षांत जे विपुल कथालेखन माझ्या हातून झाले ते झाले असते की नाही याची मला शंकाच वाटते.)

१९२५ पासून आतापर्यंतच्या माझ्या कथालेखनाचे सामान्यत: तीन विभाग पडतात. पहिला १९२५ पासून १९३०-३१ पर्यंतचा. या काळात मी झरझर गोष्टी लिहीत होतो. त्या भरभर छापून येत होत्या. लोकप्रिय झालेल्या कुठल्याही लेखकाला प्रत्येक नवे मासिक आपल्याकडे ओढण्याचा प्रयत्न करीत असतेच! मोबदल्याच्या बाबतीत नसले तरी या गोष्टीत लेखकाचे चित्रपटातल्या नटीशी साम्य आहे. या सर्व मासिकांना पुरून उरण्याची ईर्ष्या माझ्या मनात त्यावेळी संचारली होती की काय कुणाला ठाऊक! पण त्या काळात एखाद्या मासिकाने गोष्टीची मागणी सुरू केली आणि मी त्याला सतत नाही म्हणत गेलो असे बहुधा झाले नसेल! 'कर्ण' शब्दावर एखादे लहान पोरही कोटी करू शकते हे कळत असूनही त्यावेळी माझ्या अंगात कर्णाचा संचार झाला होता असे मी म्हणतो. कुणीही याचक येवो, तो विन्मुख दवडायचा नाही असा मी निश्चय केला होता.

पण पहिल्या भरातली लेखनाची विपुलता नदीच्या पुराप्रमाणे असते. पुराचे पाणी जसे गढूळ असायचेच, त्याच्याबरोबर साप आणि काटेकुटे जसे वाहत यायचेच, तसे कुणाही तरुण लेखकाचे पहिले विपुल लेखन विविध दोषांनी डागाळलेले असावे, हे स्वाभाविकच आहे. १९२५-१९२९ पर्यंतच्या काळात

माझ्या कथालेखनातली वैगुण्ये मला लिहिण्याच्या वेळी फारशी जाणवली नाहीत. 'आंधळ्याची भाऊबीज', 'जांभळीची शाळातपासणी', 'शिष्याची शिकवण', 'स्वराज्यभिक्षा', 'लीलावती' इत्यादी माझ्या तत्कालीन गोष्टींवर मोठमोठी माणसे बेहद्द खूष होती. त्यामुळे कठोर आत्मपरीक्षणाला मी कधीच उद्युक्त झालो नाही. शाळेच्या व्यापातापांतून उरलेल्या अल्प वेळात मला सारे लेखन करावे लागे. सकाळ-संध्याकाळ घटका अर्धी घटका लढाई करू इच्छिणाऱ्या लक्ष्मीधरासारखीच लेखक या नात्याने माझी स्थिती होती. त्यामुळे कथेच्या खोल आशयाला आवश्यक असणारे जीवनचिंतन आणि त्याच्या मोहक आविष्काराला पोषक होणारी कलादृष्टी या दोन्ही गोष्टी मला जवळजवळ दुर्लभच होत्या. युरोपियन वाङ्मयातली लघुकथा, तिचे देशपरत्वे आणि कालपरत्वे पालटत चाललेले स्वरूप, एक स्वतंत्र वाङ्मयप्रकार म्हणून तिचा फ्रान्स, रशिया, आयर्लंड, अमेरिका इत्यादी देशांत झालेला कलापूर्ण विकास वगैरे बाबतीतले माझे तेव्हाचे ज्ञान पाहून एखादा कॉलेजातला मुलगाही मला हसला असता! ते ज्ञान मिळवायचे असे मला नेहमी वाटे, पण शिरोडे पडले एक खेडेगाव. त्यातही कोकणातले, अगदी एका बाजूचे. तिथे इंग्रजी शाळेतल्या क्रमिक पुस्तकांखेरीज अन्य प्रकारचे इंग्रजी वाङ्मय मिळणे मुश्कील होते. पुण्या-मुंबईच्या माझ्या काही मित्रांकडून अधूनमधून एखाददुसरे इंग्रजी कथांचे पुस्तक मी पैदा करीत असे. क्वचित् विकतही घेत असे, पण तेवढ्याने माझी प्रगती होणे अशक्य होते.

पण चार वर्षांत झपाट्याने चाळीस-पन्नास गोष्टी लिहिल्यावर माझा कथालेखनाचा पहिला उन्माद आपोआप ओसरू लागला. कथेशी चालू असलेला माझा रोमान्स संपला. आमचे दोघांचे लग्न लागले आहे ही जाणीव माझ्या मनात निर्माण झाली. माझ्या डोळ्यांवरली पहिल्या प्रेमाची धुंदी उतरली. गडकरी पद्धतीची अलंकारिक भाषा स्थानीअस्थानी शोभत नाही, भडक व कृत्रिम प्रसंगांनी गुंफल्या जाणाऱ्या गोष्टींपेक्षा सौम्य व सखोल अनुभूतींतून जीवनदर्शन करून देणाऱ्या कथेत अधिक चिरंतन सौंदर्य व सामर्थ्य असते इत्यादी कटु सत्याचे दर्शन मला बेचैन करू लागले. याच वेळी ओ हेन्री, मोपाँसा, चेकॉव्ह, गॉल्सवर्दी वगैरे लेखकांच्या कथांचे काही लहानमोठे संग्रह मला वाचायला मिळाले. १९३० साली 'नवमल्लिका' हा माझा पहिला कथासंग्रह प्रसिद्ध झाला. त्याच्यावर 'रत्नाकरा'तून के. नारायण काळे यांनी मोठी मार्मिक टीका केली. त्यांनी त्या टीकेत माझे अनेक दोष स्पष्टपणे दाखविले होते. त्यावेळी त्यांची टीका माझ्या भगत गणाप्रमाणे मलाही कठोर वाटली असेल. पण आज मला वाटते, ती होती त्यापेक्षाही अधिक तीव्र असती तर बरे झाले असते. वाङ्मयातही कुशल शस्त्रक्रियेने बरे होणारे अनेक रोग असतातच!

१९२९ ते ३२ या तीन वर्षांत मी स्वत:चा टीकाकार होण्याचा कसोशीने

प्रयत्न केला. लेखनाचा जो अल्पस्वल्प मोबदला मला मिळे तो सगळा नामवंत पाश्चिमात्य कथालेखकांचे संग्रह विकत घेण्यात मी खर्च करू लागलो. सुरवंटाने जन्मभर सुरवंट राहता उपयोगी नाही, योग्य वेळी त्याचे रूपांतर फुलपाखरांत झाले पाहिजे, या जाणिवेने मी त्या काळात लेखन, वाचन, निरीक्षण आणि चिंतन केले. शाळेचे काम व इतर अनुषंगिक सार्वजनिक कामे सांभाळून मला ही सारी धडपड करावी लागे. त्यामुळे माझ्या या प्रयत्नात सुसूत्रता नव्हती. जे ज्ञान इतरांना कॉलेजच्या अभ्यासक्रमात किंवा पुण्या-मुंबईसारख्या शहरात सहजासहजी मिळत होते ते संपादन करण्याकरिता मला एकलव्याच्या पद्धतीचा आश्रय करावा लागला.

१९३१-३२ च्या सुमाराला माझ्या कथालेखनाचा दुसरा कालखंड निश्चितपणे सुरू झाला. 'मुके प्रेम', 'पूजास्थान', 'चकोर आणि चातक', 'चंद्रकोर', 'दोन टोके', 'हातातली छत्री', 'दीपमाळ', 'अंधार', 'हवापालट' वगैरे पुढल्या दोन-तीन वर्षांत मी लिहिलेल्या गोष्टींची माझ्या मागच्या कथांशी तुलना केली की हा फरक चटकन कुणाच्याही लक्षात येईल. लघुकथा ही केवळ एक रंजनप्रधान किंवा बोधपर कहाणी नसून सुकुमार अर्थगर्भ कला आहे, तिचे कवितेशी अगदी निकटचे नाते आहे, ती अल्पविस्तार असली तरी जीवनातल्या उत्कट अनुभूतींचे वैशिष्ट्यपूर्ण दर्शन करून देण्याचे तिचे सामर्थ्य फार मोठे आहे इत्यादी गोष्टींची जाणीव माझ्या पूर्वीच्या कथांत फार कमी होती. या दुसऱ्या कालखंडातल्या कथांत ती हळूहळू वाढत गेली. लघुकथेचे खरे यश तिच्यामुळे मनाला लागणाऱ्या चटक्यांत आहे, तुटणाऱ्या ताऱ्याची दीप्ती क्षणिक असली तरी ती आपण विसरू शकत नाही. सुंदर लघुकथा ही तशीच असली पाहिजे, वाचकांच्या मनात तरंगत, रुंजी घालीत, तिथे मधुर पण अपूर्व हुरहूर निर्माण करीत, तिने आपले वैशिष्ट्य प्रकट करायला हवे, असे मला यावेळी उत्कटत्वाने वाटू लागले.

या पद्धतीने मी १९३१ ते १९४१ या कालखंडातले लेखन केले. या दहा वर्षांत मी अनेक श्रेष्ठ पाश्चात्त्य कथाकारांचा– ओझरता का होईना– परिचय करून घेतला. त्यातले अनेक मला आवडले. काही श्रेष्ठ वाटले. कुणाचे तंत्र, कुणाचा जिव्हाळा, कुणाची जीवनश्रद्धा, कुणाचे मनोविश्लेषण, प्रत्येकात काही ना काही तरी विशेष मला आढळे. त्या विशेषांचे आकर्षणही मला वाटे. पण मी कुणाचाच पुरा भक्त झालो नाही. माझे भक्त होण्याचे वय संपून गेले असल्यामुळे कदाचित् असे झाले असेल! पण ओ. हेन्रीच्या चमत्कृतिजनक आणि क्लृप्तिपूर्ण कथा मी जेवढ्या आवडीने वाचल्या, तेवढ्याच गोडीने टॉलस्टॉयच्या बाह्यत: बोधपर वाटणाऱ्या, पण अंतरंगात शिरल्यावर जीवनाच्या विशालतेचे आणि उदात्ततेचे दर्शन करून देणाऱ्या गोष्टींचेही मी वाचन केले. या वाचनात मोपाँसापेक्षा चेकॉव्ह मला अधिक आवडला, पण तो कलेच्या सरस-नीटसपणामुळे नव्हे; तर माझा प्रकृतिधर्म

चेकॉव्हशी अधिक जुळता असल्यामुळे! आजही मॉम व बेट्स या एकमेकांहून अत्यंत भिन्न असलेल्या लेखकांचा रसास्वाद मी सारख्याच तन्मयतेने घेऊ शकतो. वाङ्मयात काय किंवा जीवनात काय, कुठल्याही गोष्टीचा भक्त होण्यापेक्षा चाहता होण्यात मला नेहमी अधिक आनंद वाटतो. भक्तीचे अंधभक्तीत केव्हा रूपांतर होईल याचा नेम नसतो. अंधभक्ती नेहमीच आग्रही, एककल्ली बनते. अशा भक्तात चाहत्यापेक्षा अधिक उत्कटता असते हे खरे, पण ती उत्कटता आंधळी असते. तिला प्रगतीच्या वाटेतले काटेकुटेच काय, पण प्रसंगी खड्डेही दिसत नाहीत!

माझ्या या मतामुळे मी कुणाही मोठ्या लेखकाचा आदर्श माझ्यापुढे ठेवू शकलो नाही. कुणाचेही अनुकरण करण्याची धडपड केली नाही. मी वाचलेल्या लेखकांपैकी अनेक कथाकार मला अद्यापि प्रिय वाटतात. त्यांच्यापैकी काहींच्या पंक्तीत बसण्याची माझी पात्रता नाही हेही मला कळू शकते, पण केवळ आदर्श म्हणून एखादा प्रतिभाशाली साहित्यिक आपल्या डोळ्यापुढे ठेवून कुणी मोठा लेखक होऊ शकेल असे मला वाटत नाही. लेखन ही कला आहे. तिथे व्यवहारातले प्रगतीचे नियम उपयोगी पडू शकत नाहीत. सजीव, कलापूर्ण लेखन हा काही झाले तरी लेखकाच्या प्रफुल्ल व्यक्तिमत्त्वाचा प्रतिभानिर्मित आविष्कार आहे. केवळ मोठ्या गायकाचा गंडा बांधून गोड गळा आणि संगीताचा कान नसलेला मनुष्य बडा गवई होऊ शकत नाही. तसेच आहे हे!

मात्र मी वाचलेल्या अनेक कथालेखकांचे अप्रत्यक्ष संस्कार माझ्या कथालेखनावर झाले आहेत. ओ. हेन्रीचा पगडा मनावर असताना 'मुकटा आणि फॅन्सी पातळ' ही गोष्ट लेखकाने लिहिली असावी असा कुणी तर्क केला तर तो मुळीच चुकीचा ठरणार नाही. वुडहौसच्या गोष्टी वाचल्यानंतर मला विनोदी गोष्टी लिहिण्याची हुक्की आली. 'हवालदारांचा सत्याग्रह', 'करुण कथा' वगैरे गोष्टींचा उगम त्या लहरीत आहे. पण कोणताही कथालेखक मला कितीही आवडला तरी आदर्श म्हणून तो मी माझ्यापुढे ठेवू शकत नाही. त्याच्या शक्तीबरोबर त्याच्या मर्यादाही माझ्या लक्षात येतात. शिवाय अस्सल कथा ही कवितेप्रमाणे स्फुरावी लागते. ते गीत किंवा पद्य यांच्याप्रमाणे केवळ रचनाकौशल्याचे, भाषाप्रभुत्वाचे अथवा बुद्धिचापल्याचे काम नाही याची जाणीव माझ्या मनात सदैव जागृत असते. या दुसऱ्या गोष्टीकडे दुर्लक्ष झाल्यामुळेच जिला वाङ्मयीन व्यवहारात आपण कविता म्हणतो तिचा शेकडा साठसत्तर टक्के भाग शुद्ध पद्यबद्ध गद्य आहे असा वाचकांना नेहमी अनुभव येतो.

कथेविषयीच्या माझ्या या दृढमूल होऊन बसलेल्या कल्पनेमुळेच की काय, मला हवी तेव्हा गोष्ट लिहिता येत नाही. किंबहुना हुकमेहुकूम हा शब्दच ललित-लेखकाच्या कोशात असू नये असे मला वाटते. तशी माझ्या मनात पुष्कळ कथाबीजे नेहमी पडलेली असतात. त्यातली काही अंकुरितही झालेली दिसतात, पण तेवढ्या

भांडवलावर मी लेखनाची बैठक घालू शकत नाही. कुठलीही कथा लिहिण्यापूर्वी तिच्याविषयी एक प्रकारची उत्कटता माझ्या मनात आधी निर्माण व्हावी लागते. केवळ बुद्धिचातुर्याने किंवा कल्पनाविलासाने उत्कटतेची उणीव भरून काढता येत नाही. त्या उत्कटतेच्या अनुभूतीकरिता लेखकाच्या साऱ्या आंतरिक शक्ती प्रफुल्लित व्हाव्या लागतात. मग तो एका गोड धुंदीच्या लहरींवर तरंगत जातो. या धुंदीत वेगाने व समरसतेने कथालेखन होऊ शकते. बुद्धिपुरस्सर कथेची सर्व जुळवाजुळव करून मुद्दाम बैठक घातली म्हणजे लेखनाला तसा रंग भरत नाही असा माझा अनुभव आहे. कदाचित् हा माझ्या लेखनप्रकृतीचा दुर्बलपणाही असू शकेल!

या विशिष्ट प्रकृतीमुळे लेखनाच्या बाबतीत मला अनेक खोडी जडल्या आहेत. गोष्ट सुचल्याबरोबर मी ती कधीच लिहीत नाही– अगदी तिशीतल्या अंध उत्साहातसुद्धा मी ती तशी लिहिली नाही. कुठलीही कथा पुष्कळ दिवस मनात घोळवीत ठेवतो मी! त्या घोळविण्यातला आनंद प्रत्यक्ष लेखनाइतकाच मोहक असतो. हलवा करण्यासारखेच गोड काम आहे हे! कथा मनात अशी घोळत राहिली की हळूहळू मीच तिचा टीकाकार बनतो; या पहिल्या चाळणीतूनच अनेक कथाबीजे निरुपयोगी ठरून गळून पडतात. पहिल्या स्फुरणाच्या वेळी ज्या गोष्टी मनाला आकर्षक वाटलेल्या असतात त्याची वैगुण्ये या चिंतनात जाणवू लागतात. शिळेपणा, अवघडपणा, नाटकीपणा, आंधळेपणा इत्यादी अनेक दोष प्रथम दर्शनी आपणाला आकृष्ट करणाऱ्या कथाबीजात असू शकतात. दीर्घकाल चिंतन हाच ते दूर करण्याचा एकमेव मार्ग आहे.

या पहिल्या चाळणीतून ज्या कथा शिल्लक राहतात त्यांचा पुढेमागे मला उपयोग होतो. मात्र त्यापैकी कुठली कथा आपण केव्हा लिहू हे मला सहसा निश्चित करता येत नाही. एखादी गोष्ट मनामध्ये फुलत यावी, ती लिहायचे ठरवावे आणि अगदी आयत्या वेळी अंतर्मनातल्या भांडारातून दुसरी कथा चटकन् पुढे यावी, तिने विलक्षण मोहिनी घालावी, ती दुसरी गोष्ट हातून लिहून व्हावी, पण पहिली मात्र तशीच पडून राहावी, असे माझ्या बाबतीत अनेकदा झाले आहे. 'सांजवात'च्या जोडीने १९४३ साली सुचलेली माझ्या विशेष आवडीची एक गोष्ट मनात आतापर्यंत तशीच पडून आहे. मधे चार-दोन वेळा ती लिहिण्याची लहर मला आली, नाही असे नाही; पण काही ना काही निमित्त होऊन ज्या वाऱ्याने पाऊस आणावा त्यानेच तो दूर न्यावा अशी तिच्या लेखनाची स्थिती झाली. प्रवास, पाहुणे, आजार, व्याख्याने व कौटुंबिक आणि सार्वजनिक व्यापताप हे माझ्या मताने ललित लेखकाचे प्रमुख शत्रू आहेत!

'सांजवात' चे कथाबीजसुद्धा माझ्या संग्रही चार वर्षे पडून होते! ही गोष्ट मला सुचली ती सत्यसृष्टीतल्या एका घटनेवरून– राजकारणाशी मुळीच संबंध नसलेल्या

एका वृद्ध करारी आईच्या उद्गारांवरून! दिग्दर्शक विनायक व मी गप्पागोष्टींना बसलो म्हणजे माझ्या मनात घोळत असणाऱ्या अनेक कथा-कल्पना मी त्यांना ऐकवीत असे. त्याप्रमाणे ही कथासुद्धा मी त्यांना सांगितली. त्यांनी योग्य वेळ येताच (ते १९४३ साल होते व या गोष्टीत बाँबचा स्फोट वगैरे भानगडी होत्या.) ती पडद्यावर आणण्याचे ठरविले. साहजिकच लघुकथा म्हणून ती लिहिण्याचा मी आळस करीत गेलो. पुढे तीन-चार वेळा तरी ती गोष्ट लिहून काढण्याची इच्छा माझ्या मनात प्रबळ झाली. एकदा तर तिची पहिली दोन पाने मी लिहिलीही! पण त्याच दिवशी आमच्या घरात कुणीतरी आजारी पडले. त्या रुग्णशुश्रूषेत माझे चार-आठ दिवस गेले. मग मी ती लिहिलेली दोन पाने वाचून पुढे लिहिण्याचा प्रयत्न करू लागलो, पण काही केल्या ते जमेना. 'सेवा धर्मो परम गहनो योगिनामप्यगभ्य:' या लहानपणी पाठ केलेल्या चरणाचा अर्थ मला त्यादिवशी समजला! मी ती लिहिण्याचा नाद सोडून दिला. पण १९४७ साली देशाची फाळणी झाल्यावर अंतर्मनाच्या कोपऱ्यात टाकून ठेवलेली ही गोष्ट चुळबुळ करू लागली. जीवन-श्रद्धेच्या बाबतीत संभ्रम उत्पन्न झाल्यामुळे गोंधळून आणि भांबावून मध्ये चारपाच वर्षे कथाक्षेत्रांत जे मौन स्वीकारले होते ते सोडून द्यायला हीच गोष्ट मुख्यत: कारणीभूत झाली. मात्र मी १९४७ च्या ऑक्टोबरात लिहिल्यामुळे तिचा आरंभ माझ्या मूळ कल्पनेपेक्षा अगदी निराळ्या रीतीने झाला.

आपल्या लेखनप्रकृतीचे असे चित्रविचित्र अनुभव प्रत्येक लेखकाला येत असतात. राजहट्ट, बालहट्ट व स्त्रीहट्ट या सर्वांचेच जणुकाही कलेच्या स्वभावात संमेलन झालेले असते. हा हट्टीपणा गडकऱ्यांसारख्या प्रतिभाशाली लेखकाला अनेकदा उपकारक होत असावा. माझ्यासारख्या सामान्य लेखकाचे मात्र त्यामुळे नुकसानच होते असे मला वाटते, पण मूळच्या प्रकृतीच्या पाशातून मुक्त होणे जिथे संन्याशालाही साधत नाही, तिथे दुय्यम दर्जाच्या कलावंताची कथा काय?

मी सहज गोष्टी लिहायला लागलो, त्या लोकांना आवडल्या, मी त्या अधिक कसोशीने व प्रामाणिकपणाने लिहिण्याचा प्रयत्न केला. लोक माझ्यावर कथालेखक म्हणून प्रेम करू लागले. त्यामुळे कथालेखन हा माझ्या जीवनाचा एक अविभाज्य भाग बनला आहे. मी अद्यापिही गोष्टी लिहीत राहिलो आहे याचे मुख्य कारण हेच आहे. केवळ चरितार्थाच्या दृष्टीने पाहिले तर लघुकथालेखन ही मराठी लेखकाला परवडणारी कला नाही!

स्वत:च्या लेखनात सुधारणा होत राहावी म्हणून गेल्या वीस वर्षांत मी यथाशक्ती धडपड केली. या प्रयत्नांमुळे माझ्या कथांतले अनेक बाह्य दोष कमी झाले, पण लेखकाने कितीही कोशीस केली तरी त्याच्या वाङ्मयातले आंतरिक दोष एका मर्यादेपलीकडे दूर होऊ शकत नाहीत असा माझा अनुभव आहे. त्यांचा उगम

त्याच्या व्यक्तित्वात आणि दैनंदिन व्यक्तिजीवनात असतो. त्याचे व्यक्तित्व बनविणारे सर्व संस्कार तो जबाबदार लेखक होण्यापूर्वीच त्याच्यावर झालेले असतात. एखाद्या यंत्राप्रमाणे आपले व्यक्तित्व उलगडून पाहायचे, त्यातले निरुपयोगी भाग काढून टाकायचे आणि त्यांच्या जागी नवे भाग बसवायचे, हे काम येरागबाळाचे नाही. असामान्य आत्मिक शक्ती असलेल्या मनुष्यालाच त्यात यश येण्याचा संभव असतो. त्यामुळे माझ्यासारख्या सामान्यांना सदोष आणि संकुचित व्यक्तित्वातून निर्माण होणाऱ्या लेखनमर्यादा सहसा ओलांडता येत नाहीत. लेखकाच्या प्रकृतिधर्माप्रमाणे त्याच्या परिस्थितीतूनही अनेक वैगुण्ये उत्पन्न होतात. या दोन्ही प्रकारच्या दोषांनी माझ्या कितीतरी कथा डागाळलेल्या आहेत. या वैगुण्याचे विस्मरण मी स्वत:ला कधीच होऊ देत नाही. त्यांच्याशी सतत झगडा करीत राहणे हे आपले कर्तव्य आहे, असे मी मानीत आलो आहे. कारण मानवी जीवनाला उपकारक अशा कुठल्याही निर्मितीची उंची असामान्यांच्या प्रतिभेनेच वृद्धिंगत होत असली, तरी तिचा विस्तार सामान्यांच्या प्रामाणिक प्रयत्नांनी होऊ शकतो या तत्त्वावर माझी श्रद्धा आहे.

❖

पहिलं पाऊल : वक्तृत्व

समाजमनाशी सुसंवाद

'जग ही एक रंगभूमी आहे' ही शेक्सपिअरची उक्ती सर्वांना परिचित आहे. पण मला वाटतं जग ही रंगभूमी नाही. ती आहे एक भलीमोठी नाटक-मंडळी. या मंडळींत जन्मत:च आपण दाखल होतो. मग आपल्याला अनेक बऱ्या-वाईट, लहान-मोठ्या भूमिका कराव्या लागतात. मनात नायक व्हायची इच्छा असते. पण प्रसंगी काम मिळतं ते त्याच्या गड्याचं. या अद्‌भुत नाटक मंडळीचा जो कोणी संचालक असेल त्याला आपल्या आवडीनिवडीशी काही कर्तव्य नसते. त्यामुळे अचानक कुठली तरी न आवडणारी भूमिका आपल्या वाट्याला येते. ती मुकाट्याने पार पाडावी लागते. प्रत्येकजण आयुष्यात अशा तऱ्हेतऱ्हेच्या भूमिका करतो. त्यातल्या काहींना अर्धेमुर्धे यश लाभते. काही साफ कोसळून पडतात. माझ्या अशा विविध भूमिकांपैकी वक्ता हे एक सोंग.

सोंग म्हणण्याचे कारण मी कधीकाळी वक्ता होईन असं माझ्या स्वप्नातसुद्धा आलं नव्हतं. इतकंच नव्हे तर माझ्याविषयी अनेक चांगली भविष्ये वर्तविणाऱ्या कुणाही ज्योतिषानं ते मला सांगितलं नव्हतं. माझा स्वभाव मुळात भित्रा. लाजरा-बुजरा. सदैव संकोची. परिस्थितीमुळे किंचित कुढा झालेला. अंध डोळ्यांमुळे न्यूनगंडाच्या पोटी निर्माण होणारं भय नेहमी उरात दबा धरून बसलेलं असायचं. त्यातच दहाव्या वर्षी अर्धांगवायूनं वडील अंथरुणाला खिळलेले. कौटुंबिक जीवनाच्या वृक्षाला हिवाळ्यातल्या निष्पर्ण झाडाची अवकळा प्राप्त झाली. गरिबी माणसाला लाचार करते नाहीतर भित्रा बनवते. लाचारीचा मला उपजत तिटकारा होता. साहजिकच मी भित्रा बनलो. मूठभर जिवाभावाच्या सोबत्यांच्या बैठकीत मी बोलका पोपट होत असे, पण सुस्थितीतल्या आप्तांशी किंवा अधिकारपदस्थ बड्या माणसांशी

बोलायची पाळी आली म्हणजे माझ्या तोंडाला कुलूप पडे. आपण गरीब म्हणून सभोवतालचे जग आपल्याविषयी उदासीन आहे, असं कधी सकारण, कधी उगीचच मनात येई. पाप संशयी असते हेच खरे आणि गरिबी हे तर महापाप आहे.

कारणं काहीही असोत कळू लागल्यापासून माझं भित्रेपण आणि त्यातून निर्माण झालेलं बुजरेपण अधूनमधून मलासुद्धा टोचत राही, पण मनाला पडलेली कुंपणं मला ओलांडता येईनात. हा स्वभाव घेऊनच मी माध्यमिक शाळेत वावरलो. तिथल्या सात वर्षांत वादविवादमंडळ म्हणून केव्हातरी जागी होणारी जी एक निर्जीव संस्था असे, तिच्या व्यासपीठावर उभं राहून धिटाईनं मी तोंड उघडल्याचं मला आठवत नाही. पुढं कॉलेजात गेलो. पुण्याला चांगल्या वक्त्यांची भाषणं ऐकायला मिळाली, पण कॉलेजातल्या कुठल्याही सभेत उठावं आणि बोलावं असं माझ्या मनात आलं नाही. अपवाद फक्त एकच– १९१५ साली बंगालमधल्या एका दरिद्री पित्याच्या स्नेहलता नावाच्या मुलीनं, हुंड्यापायी आपल्या कुटुंबाची धूळधाण होऊ नये म्हणून अंगावर रॉकेल ओतून घेतलं, त्याला काडी लावली आणि स्वतःला जाळून घेऊन आपल्या पित्याला चिंतामुक्त केलं. तारुण्याच्या उंबरठ्यावर जीवनाची सोनेरी स्वप्ने पाहत उभ्या असलेल्या एका अश्राप मुलीच्या त्या आत्माहुतीनं, सारा हिंदू समाज थोडे दिवस हादरला. कॉलेजातल्या तरुण विद्यार्थ्यांना स्नेहलतेच्या या बलिदानाची– बलिदान कसलं? निर्घृण रूढीनं घेतलेला एका निष्पाप जीवाचा बळी होता तो– चीड येणं स्वाभाविक होतं. हिंदुस्थानातलं तरुण रक्त सहजासहजी फारसं गरम होत नाही, पण निसर्गाच्या कृपेमुळं म्हाताऱ्यांच्या गोठलेल्या रक्तापेक्षा ते अधिक उष्ण असतं, अधिक वेगानं धमन्यातून वाहतं. त्यामुळे आपल्या देशात तरुणांची बंडखोर कृती फारशी अनुभवाला येत नसली तरी बोलके बंडवाले प्रत्येक पिढीत थोडेफार आढळतात. आमची पिढी या नियमाला अपवाद नव्हती. साहजिकच फर्ग्युसन कॉलेजच्या ॲम्फि थिएटरमध्ये स्नेहलतेविषयी सहानुभूती दर्शविण्याकरिता जी जंगी सभा भरली तिथं मुंगीलासुद्धा प्रवेश मिळणार नाही अशी गर्दी झाली होती. स्नेहलतेच्या कैवाराची आणि हुंड्याच्या धिक्काराची जळजळीत भाषणं झाली. अध्यक्षस्थानी आम्हाला इंग्रजी काव्य शिकविणारे आणि कट्टर सुधारक म्हणून गाजलेले प्रो. वासुदेव बळवंत पटवर्धन होते. पटवर्धनांच्या भाषणाचा ओघ कमी पण जोश भरपूर. त्यांचे शब्द मोठे धारदार असत. त्या दिवशी त्यांच्या मनात फुललेले निखारे त्यांच्या वाणीतून बाहेर पडले. त्या निखाऱ्यांच्या धगीनं लालसर झालेला त्यांचा चेहेरा मला अजूनही अंधुकपणे आठवतो.

मी सांगलीहून पुण्याला आलो होतो, तो सुधारकी मतं बरोबर घेऊनच. या सभेत मी सर्वस्वी स्वतःला विसरून गेलो. भावना तापल्या होत्या. विचार उसळत होते. पण उठण्याची छाती होईना. विद्यार्थ्यांनी गजबजलेल्या त्या प्रशस्त सभागृहात

व्यासपीठावर जाऊन उभं राहायचं, या कल्पनेनेच माझे पाय कापू लागले. तिथं जाऊन आपण कसेबसे उभे राहिलो आणि आपल्या तोंडून शब्द बाहेर पडला नाही किंवा बोलू लागल्यावर मध्येच आपण अडखळलो, थांबलो तर श्रोतेही हुर्यो करतील, या कल्पनेनेच माझ्या इच्छेचं अवसान गळालं. सभेत उभं राहून काही तरी बोलावं अशी अगदी आंतरिक प्रेरणा माझ्या आयुष्यात प्रथम निर्माण झाली ती यावेळी, पण दरिद्री माणसाच्या मनोरथासारखीच तिची विल्हेवाट लागली.

१९२० साली शिरोड्याला शिक्षक म्हणून मी गेलो. माझ्या भोवतालचे सारे जग बदलले. एका चिमुकल्या खेडेगावातल्या इंग्रजी शाळेचा मी मुख्याध्यापक झालो होतो. शाळेत इतर अनेक उपक्रमांप्रमाणे वादविवाद सभेचं काम सुरू झालं. मुलांना धीट बनवायचं तर आपण धीट बनलं पाहिजे, हे आता कुठं मला समजलं. १९२०-२५चा तो काळ, यज्ञकुंडातल्या धगधगीत अग्निज्वालेसारखा. टिळक-गोखले आपल्या प्रिय मातृभूमीचा निरोप घेऊन या जगातून निघून गेले असले, तरी त्यांची देशभक्ती सूर्य मावळल्यावर पश्चिमेकडे दिसणाऱ्या सूर्यप्रभेप्रमाणं, जनमानस उजळून टाकीत होती. गांधीजींच्या रूपानं एक विलक्षण तेज:पुंज तारा सार्वजनिक जीवनाच्या आकाशात लखलखू लागला होता. भोवतालचं सारं वातावरण भारून गेलेलं. त्यामुळं आमच्या शाळेतल्या वादविवाद सभेलासुद्धा अनेकदा नकळत रंग चढे. शाळेतल्या त्या सभांत मी धिटाईनं बोलू लागलो. श्रोते शाळेतले विद्यार्थी. त्यांचं ज्ञान बेताचंच. शिवाय वक्ता मुख्याध्यापक. त्यामुळं निर्वृक्ष रानात एरंड हाच महावृक्ष ठरावा, तशी माझी स्थिती झाली होती. माझ्या या शालेय वक्तृत्वाची मजल लवकरच इंग्रजी व्याख्यानापर्यंत गेली. न्या. रानड्यांच्या पुण्यातिथीनिमित्त मी इंग्रजी भाषण केलं. त्यावेळी सांवतवाडीला 'वैनतेय' साप्ताहिक सुरू झालं होतं. मी जसा त्याचा सहसंपादक होतो तसा त्याचा शिरोड्याचा बातमीदारही होतो. मग शिरोड्याच्या बातमीपत्रात या इंग्रजी भाषणाची नोंद आवर्जून झाली असली तर त्यात नवल कसलं? 'वैनतेय' श्रीपाद कृष्ण कोल्हटकरांच्याकडे जात असे. त्यांनी ती बातमी वाचली. मराठीप्रमाणे इंग्रजीतही मी चांगलं वक्तृत्व करू शकतो असा त्यांचा ग्रह झाला. त्यांनी मला त्याबद्दल अभिनंदनपर पत्रसुद्धा पाठविलं.

पण अंदरकी बात राम जाने! ते इंग्रजी भाषण करताना मी त्या भाषेचे किती खून पाडले असतील ते कुणाला ठाऊक! श्रीपाद कृष्णांना तर ते कळणं मुळीच शक्य नव्हतं. मात्र आत्मप्रौढीच्या पोटी जन्मलेल्या या बातमीनं पुढं लवकरच मला एका संकटात टाकलं. मी चांगला वक्ता आहे अशी श्रीपाद कृष्णांची ठाम समजूत होऊन बसली. १९२६ साली त्यांच्या इच्छेप्रमाणे महिनाभर मी त्यांच्या सहवासात राहिलो. त्या मे महिन्यात मुंबई, पुणे, नाशिक अशी आमची त्रिस्थळी यात्रा झाली. नाशिकला आम्ही गेलो तेव्हा तिथं वसंत-व्याख्यानमाला सुरू होती. उपवर मुलींचे

बाप जसे लग्नाचे मुलगे शोधीत फिरतात तसे व्याख्यानमालांचे चालकही, वक्ते धुंडून काढण्याच्या उद्योगात नेहमी गर्क असतात. माझ्या वक्तृत्वाची प्रशंसा कोल्हटकरांनी नाशिकच्या व्याख्यानमालेच्या कार्यवाहापाशी केली. माझी मोठी पंचाईत झाली. मारूनमुटकून वैद्य बनविलेल्या खेडवळावर राजाला औषध देण्याचा प्रसंग यावा, तशी माझी स्थिती झाली. सर्वस्वी अपरिचित अशा एका शहरात सुशिक्षित समाजासमोर बोलायचं या कल्पनेने माझ्या छातीत धडकी भरली, पण असा सुखासुखी जाळ्यात सापडलेला मासा सोडून द्यायला मालेचे चालक कसे तयार होणार?

ठरल्याप्रमाणे माझं व्याख्यान झालं मराठी नाटकं या विषयावर, आणि तेही 'हे महाराष्ट्राचे अग्रगण्य नाटककार' असा रमेशचंद्र दत्तांना, नाट्याचार्य खाडिलकर यांनी ज्यांचा परिचय करून दिला होता त्या श्रीपाद कृष्णांच्या अध्यक्षतेखाली. संध्याकाळी व्याख्यानाच्या जागी म्हणजे गोदामाईच्या घाटावर आम्ही गेलो. नदीतीरावरला फेरफटका या दृष्टीनं तिथलं दृश्य चांगलं होतं, पण केवळ प्रेक्षक होऊन माझं काम निभावण्याजोगं नव्हतं. तसे इकडे तिकडे लोक बरेच दिसत होते. त्यातले पुष्कळ घरातल्या उकाड्याला कंटाळून नदीच्या पाण्यावरून येणाऱ्या थंडगार वाऱ्याच्या झुळकांचा आस्वाद घेण्यासाठीच आले असावेत. त्यावेळी माझ्या संपादकत्वाखाली निघणारं एखादं वृत्तपत्र असतं तर त्यात त्या भाषणाचा साग्रसंगीत अहवाल आला असता– अगदी सत्याला स्मरून प्रचंड संख्येने श्रोते हजर होते असं मला सिद्ध करता आलं असतं. त्या श्रोत्यांमध्ये उठून जाणारे, मध्येच येऊन बसणारे, आसपास घुटमळणारे असे अनेक वर्ग होते हा भाग निराळा. त्या गर्दीत नि गलबल्यात आपलं भाषण ऐकू जातं आहे की नाही याची पर्वा न करता, त्या दिवशी तासभर मी काय बडबडलो, ते आता मला स्मरत नाही; पण त्या व्याख्यानाची आठवण झाली की मनात येतं, व्याख्यानाचं स्थळ, काळ, श्रोते आणि स्वत:चं तुटपुंजं भांडवल, ह्या सर्व गोष्टी लक्षात घेऊन मी आधीच पोबारा कसा केला नाही? रामदास बोहल्यावरून पळाला आणि त्याने इतिहास निर्माण केला. व्यासपीठावरून पळून जाणारा वक्ता म्हणून माझं नावही तसंच वक्तृत्वाच्या इतिहासात नमूद होऊन राहिलं असतं. तसा मी पळालो असतो तर थेट नाशिकरोड स्टेशन गाठलं असतं यात शंका नाही, पण तो मोका मला साधला नाही हे खरं.

ही झाली थोडी पुढची गोष्ट. त्यावेळी माझ्या अंगी नाही म्हटलं तरी सभाधीटपणा आला होता. शिरोड्यात केवळ शाळेतच नव्हे तर शाळेबाहेरच्या इतर सभांतही मला बोलावं लागे. तिथलं वाचन मंदिर आप्पा नाबर हे देशभक्त चालवीत असत. त्याकामी मी त्यांना मदत करू लागलो. त्यामुळे शिरोड्याच्या बाजारातल्या चौकात किंवा पिंपळाच्या पारावर उभं राहून मी जरी व्याख्यानं ठोकली नसली तरी इंग्रजी शाळेचा मुख्याध्यापक हाच खेडेगावातला पंडितशिरोमणी असल्यामुळं, सभा-

समारंभात थोडंसं व्यवस्थित बोलण्याचा सराव हळूहळू मला होत गेला; पण माशानं हौदातल्या पाण्यात पोहावं, तसं हे वक्तृत्व होतं. गाव आपलं, श्रोते चांगले ओळखीचे आणि सर्वांत महत्त्वाची गोष्ट म्हणजे गावात आपल्याइतकं मराठी-इंग्रजी वाचलेला मनुष्य दुसरा कोणी नाही, ही मनाची खात्री. त्यामुळं माझ्यासारखा भित्रा ससा बराच धीट बनला. व्यासपीठावर निर्भयपणे वावरू लागला.

पण शिरोड्याबाहेर मला कुठे वक्तव्य करावं लागेल ही कल्पना माझ्या मनाला कधीच शिवली नाही. अश्वमेधाचा घोडा कुणी टांग्याच्या तबेल्यात ठेवीत नाहीत. चांगल्या वक्त्यालाही अशीच पुण्या-मुंबईची व्यासपीठं खुली असतात अशी माझी ठाम समजूत होती. उपजत वक्तृत्व अंगी असलेला वक्ता हा जंगली वाघासारखा असतो. उलट आमच्यासारखे वक्ते हे मोहरममधल्या वाघाच्या जातीचे. शाळेतली मुलं आणि शिरोड्यातले लोक एवढ्यापुरतं आपलं वक्त्याचं सोंग ठीक आहे, असं मला वाटत असल्यामुळे, त्या पलीकडच्या जगात प्रवेश करायचा प्रयत्न मी कधीच केला नाही.

या बिळातून मला बाहेर काढलं ते आप्पा नाबरांनी. पणजीला होत असलेल्या एका व्याख्यान-मालेच्या चालकांना त्यांनी खांडेकर मास्तरांचं नाव सुचविलं. (ही व्याख्यानमाला नवरात्रात पणजीतल्या महालक्ष्मीच्या सभामंडपात होत असे, असं आता पुसट आठवतं.) चालकांनी मला तात्काळ गाठलं. आप्पांनी खूप आग्रह केला. आपणाला पणजीहून व्याख्यानाचं बोलावणं आलंय, या अहंभावनेनं पछाडल्यामुळं असो अथवा आप्पांच्यासारख्या स्नेह्यांना नाराज करणं जिवावर आल्यामुळं असो मी ते निमंत्रण स्वीकारलं. त्या व्याख्यानातला शेवटचा शब्द उच्चारून खाली खुर्चीत बसेपर्यंत माझ्या मानेवर केवढा मोठा धोंडा ठेवल्यासारखं वाटत होतं ते माझं मलाच माहीत. व्याख्यानाचा विषय सामाजिक होता. बोलताना शब्दासाठी मला कुठं अडावं लागत नसे; अधूनमधून एखादी कोटी किंवा कल्पना सहज येऊन जाई. सामाजिक सुधारणेविषयी नाही म्हटलं तरी मला पोटतिडीक होती. या सर्व गोष्टींमुळं असेल, अथवा गोमंतकीय श्रोत्यांच्या मराठीप्रेमामुळं असेल त्या भाषणाचं स्वागत फार चांगल्या प्रकारे झालं. माझा आत्मविश्वास वाढला. साहित्य, शिक्षण आणि सामाजिक सुधारणा या माझ्या आवडत्या विषयांवर मी बाहेरगावी जाऊन बोलू लागलो. त्या काळात पणजी, म्हापसा, मडगाव, सावंतवाडी, कुडाळ, वेंगुर्ले वगैरे गावी निरनिराळ्या निमित्ताने मी व्याख्यानं दिली. अक्षर जसं घटवून वटवून वळणदार होतं तसं वक्तृत्व सभासंमेलनातून बोलून बोलून सुधारतं, हा अनुभव मला आला. लेखनाप्रमाणं सार्वजनिक भाषणही समाजमनाशी सुसंवाद साधण्याची एक प्रभावी साधना आहे, ही गोष्ट माझ्या मनावर ठसली. झपाट्यानं बदलू लागलेल्या आपल्या समाजात कीर्तनकार आणि प्रवचनकार जी भूमिका बजावीत आले होते ती आता व्याख्यात्याकडे

आली आहे, याची पुसट जाणीवही मला झाली.

माझा आत्मविश्वास वृद्धिंगत करणारी आणखी एक गोष्ट त्यावेळी घडून आली. सावंतवाडीला 'वैनतेय' साप्ताहिक १९२४ साली निघाले. त्याच्या अनुषंगाने अनेक छोट्या सांस्कृतिक चळवळीही सुरू झाल्या. सावंतवाडी हे गाव तसं लहान; पण मोठं टुमदार. एका छोट्या संस्थानाची ती राजधानी होती. मुंबईशी घनिष्ठ संबंध असलेल्या पांढरपेशांची वस्तीही तिथं पुष्कळ. नागरिकांत थोडेफार शिक्षण घेतलेल्यांची संख्याही बरीच. त्यामुळे 'वैनतेया'चे संपादक शिरोडकर, मी व आमचे सहकारी या सर्वांच्या सार्वजनिक कार्याच्या हुरुपाला अनुरूप असे वातावरण सावंतवाडीत होतं. आम्ही हौसेनं वसंत व्याख्यानमाला सुरू केली. बाहेरचे चांगले चांगले वक्ते आणण्याचा प्रयत्न केला. त्याकाळचे वक्ते– अगदी खंदे वक्तेसुद्धा– बिदागीची अपेक्षा करीत नसत. मग दरदामाची घासाघीस करणं अगदी दूरच राहिलं. लोकशिक्षण व लोकजागृती ही आपली कर्तव्ये आहेत या श्रद्धेनं ते व्याख्यानं द्यायला जात. बाहेरगावचे वक्ते बोलावणं आम्हाला फार सुलभ झालं ते यामुळं. त्या मालेतल्या व्याख्यानांपैकी दोन अजूनही मला आठवतात. स्वातंत्र्यवीर सावरकरांचे धाकटे बंधू डॉ. सावरकर यांची गणना त्याकाळातल्या फर्ड्या वक्त्यांत होई. आमच्या निमंत्रणाला मान देऊन ते मुद्दाम सावंतवाडीला आले. मामा वरेरकर नाटककार म्हणून त्यावेळी लोकप्रियतेच्या शिखरावर होते. त्यांचं बिऱ्हाड होतं बेळगावला. प्रवासी-मोटारीही सुरू झाल्या होत्या. मामा मुळातच जगन्मित्र. त्यातही त्यांचं आणि माझं नातं गुरू-बंधुत्वाचं. आम्हा दोघांचेही श्रीपाद कृष्ण हे साहित्यातील दैवत होतं. मामा मोठ्या हौसेने सावंतवाडीला आले. सावरकर-वरेरकरांच्या या व्याख्यानांना मलाच अध्यक्ष व्हावं लागलं. सावंतवाडी गावात वकील, डॉक्टर, शिक्षक आणि सुशिक्षित मंडळी नव्हती असं नाही, पण सार्वजनिक व्यासपीठावर ती सहसा दिसत नसत. मात्र सावरकर-वरेरकरांच्या भाषणानंतर अध्यक्ष म्हणून बोलण्याची पाळी आल्यामुळं माझा एक मोठा फायदा झाला. नामांकित व्यक्तींच्या भाषणानंतर आपण आपले स्वतंत्र विचार व्यवस्थितपणानं मांडू शकतो, हे या प्रसंगाने मला शिकविलं.

अशा रीतीनं मी कामचलाऊ वक्ता बनलो. बनलो कसला? परिस्थितीनं मला बनविलं. (बनविणं या शब्दाला एक फार चांगला अर्थ आहे, हे अशा वेळी लक्षात येतं.) मी जसा पोहायला तसाच बोलायला शिकलो, असं म्हणायला हरकत नाही. लहानपणी अंजारून गोंजारून मला कुणी पोहायला शिकविलं नाही. विहिरीच्या किंवा नदीच्या काठावर बसून पोहणाऱ्या लहानमोठ्या मुलांकडं मी आशाळभूतपणानं पाहात राही. मोठी मुलं खूप उंचावरून पाण्यात उड्या टाकीत. तळाशी जाऊन वर येत आणि पडून घटकाघटकाभर पोहत. भराभर पाणी कापीत पुढं जात. हे सारं पाहून मला त्यांचा हेवा वाटे. मी पोहायचा हट्ट धरला. कुणीतरी– बहुधा माझ्या

वडील भावानेच असेल– रागानं मला विहिरीत ढकलून दिलं. पाण्यात जाऊन मी वर आलो. मन भेदरलं होतं. बुडतो की काय असं वाटत होतं, पण जिवाच्या आकांतानं मी वेडेवाकडे हात-पाय मारायला सुरुवात केली. कुणीतरी मदतीला येईपर्यंत पाण्यावर तरंगत राहिलो. चटकन माझ्या लक्षात आलं की पोहणं ही सुंदर कला, हातपाय झाडण्याच्या ओबडधोबड क्रियेतूनच निर्माण झाली आहे. माझी भीती मावळली. काही दिवस मी विहिरीत पोहण्याची सवय केली. पहिले चार-आठ दिवस भोपळा बांधून विहिरीत पडल्यावर, काठ चटकन गाठता येतो, हे लगेच कळलं. विहिरीत आपण उत्तम पोहू शकतो असं वाटल्यावर मग मी कृष्णेच्या पाण्यात शिरलो. भर पुरातही अनेकदा पोहलो. शिरोड्याला गेल्यावर क्षितिजापर्यंत पसरलेल्या अथांग सागराचं दर्शन मला झालं. रोज संध्याकाळी समुद्रस्नानासाठी मी जाऊ लागलो. याचा अर्थ मी पट्टीचा पोहणारा झालो असा नव्हे. माझ्या सार्वजनिक वक्तृत्वाच्या बाबतीतही असंच घडलं. पहिल्यांदा शाळा आणि शिरोड्याचा परिसर यांनी मला सभाधीट केलं. मग कोकणातल्या अनेक गावी परक्या श्रोत्यांसमोर बोलण्याचा मला सराव झाला. पुढं सभासमारंभ, साहित्यसंमेलनं, व्याख्यानमाला यांच्यामुळं महाराष्ट्रात अनेक लहानमोठ्या शहरी लोकांपुढं उभं राहावं लागलं.

❖

पहिलं पाऊल : संपादन

तांबड्या मातीतील उठा-बशा

लेखक होण्याची इच्छा बालपणीच माझ्या मनात बळावली होती हे खरं, पण हा लेखक माझ्या अजाण दृष्टीसमोर उभा राही तो मुख्यत: नाटककाराच्या स्वरूपात. नाटककारानंतर कवी, विनोदी लेखक, कथाकार, कादंबरीकार, निबंधकार वगैरेंची वर्णी लागे, पण वर्तमानपत्राचा संपादक या स्वरूपात त्यानं मला कधीही आकृष्ट केलं नाही. असं का व्हावं? याचा मी विचार करू लागतो तेव्हा साहित्यिक आणि पत्रकार या दोघांचं निकटचं नातं असलं तरी ते सख्ख्या भावाचं नसून चुलत भावाचं असावं असं मला वाटू लागलं.

तसं पाहिलं तर वृत्तपत्राचा संपादक होण्याची इच्छा माझ्या मनात रुजावी अशी विद्यार्थिदशेत माझ्या भोवतालची परिस्थिती होती. कादंबरीकार म्हणून हरिभाऊ आपटे किंवा नाटककार म्हणून देवल, कोल्हटकर, खाडिलकर, गडकरी यांची नावे जरी माझ्या भोवतालच्या चिमण्या जगात निनादत असली तरी मनामध्ये अधिक प्रभाव होता तो 'केसरी'च्याद्वारे सिंहगर्जना करणाऱ्या आणि 'काळ'च्या स्तंभातून निखारे फुलविणाऱ्या टिळक-परांजपे या नावांचा. मी नऊ-दहा वर्षांचा होतो तेव्हा राजकारणातलं जहाल-मवाळांचं भांडण अगदी शिगेला पोहोचलं होतं. 'धर्मक्षेत्रे कुरुक्षेत्रे' अशी या समरांगणाची स्थिती होती. गावोगाव आणि घरोघर टिळक-गोखल्यांची वकिली करणारे आणि त्या दोघांवर आग पाखडणारे पक्ष आणि व्यक्ती निर्माण झाल्या होत्या. 'ज्ञानप्रकाश' आणि 'इंदुप्रकाश' या नेमस्तपक्षाच्या तोफा होत्या, पण त्यांचे आवाज कानठळ्या बसवू शकत नसत. कुमार मनाला त्यांचा दारुगोळा एकंदर सर्दावलेला वाटे. या उलट जहाल पक्षांच्या मुखपत्रांची स्थिती होती. 'केसरी'तलं ज्वालाग्राही लिखाण आणि टिळकांचं अतुल धैर्य या दोन्हीत मन

जिंकण्याचं सामर्थ्य होतं. सर्कशीत वाघ सिंहासमोर विदूषकही असावा तशी 'हिंदूपंच'सारखी मवाळ पक्षाची टिंगल करणारी पत्रंही जहाल पक्षाच्या ताफ्यात होती.

माझे मामा (सांगलीचे प्रख्यात माईणकर वकील) हे नामदार गोखल्यांचे चाहते व भारत सेवक समाजाचे हितचिंतक असल्यामुळं माझ्या अवतीभवती जी चर्चा चाले तिचा रोख जहाल पक्षाविरुद्ध असे; पण 'हिंदूपंच'मध्ये जी व्यंगचित्रे येत ती पाहण्याचा मोह काही केल्या मला टाळता येत नसे. पगडी घातलेल्या नामदार गोखल्यांना लुगडं नेसवून दळायला बसवलं आहे, इंग्रजी अधिकाऱ्याच्या हाताला हात लावून ही मवाळ बाई दळत बसली आहे; अशा तऱ्हेची चित्रे हिंदूपंचात येत.

जिथं गर्दी असेल, धामधूम चालली असेल तिकडं धाव घ्यायची कुमार मनाची प्रकृतीच असते. त्यामुळं मी ही सारी रणधुमाळी उत्सुकतेनं पाहत होतो. 'केसरी', 'ज्ञानप्रकाश', 'इंदुप्रकाश', 'हिंदूपंच' वगैरे वृत्तपत्रांपैकी जे हाताला लागेल ते अधाशीपणानं वाचत होतो. माझा थोरला भाऊ बाळू हा मॅट्रिक होण्याच्या आधीपासून नेमस्तपक्षाचा पुरस्कर्ता झाला होता. अशा स्थितीत पांढऱ्यावर काळं करण्याची धडपड करणाऱ्या माझ्यासारख्या दहा-बारा वर्षांच्या पोराला आपण मोठेपणी वर्तमानपत्र काढावं, त्याच्यावर संपादक म्हणून आपलं नाव छापून यावं आणि रस्त्यानं येता-जाताना आपला अग्रलेख वाचणाऱ्यांच्या नजरा कौतुकानं आपल्याकडे वळाव्यात, अशी इच्छा झाली असती तर त्यात अस्वाभाविक असं काहीच नव्हतं. तसं झालं नाही हे मात्र खरं. याला अनेक कारणे असू शकतील. माझा स्वभाव मुळातच बुजरा आहे. माझं समाजावर प्रेम आहे, पण नुसत्या गर्दीत मला त्याचा साक्षात्कार सहसा होत नाही. लहानपणीसुद्धा जत्रेतल्या गर्दीत, गोंधळात आणि गडबडीत मी स्वत:ला कधी हरवून बसलो असं आठवत नाही. एकटेपणात निसर्गाची शोभा पाहावी, एखाद्या अंतरंगातल्या स्नेह्याशी नानाविध गोष्टी कराव्यात, नेमानं काही चांगलं वाचावं, चिंतन करून त्याचा आस्वाद घ्यावा, कल्पनेने एखादा रंगीत पतंग तयार केला तर तो आकाशात खूप उंच उडवीत राहावं यात मला नेहमी आनंद वाटत आला आहे.

स्वभावाच्या या मर्यादेमुळं वृत्तपत्रवाचनाचं वेड असून आणि टिळक, आगरकर, केळकर, अच्युतराव कोल्हटकर इत्यादिकांच्या लेखनाचं आकर्षण वाटूनही वृत्तपत्रात काही लिहावं असं मला कधी वाटलं नाही. लिहू लागल्यावर कुठलंही लिखाण कोणत्याही वृत्तपत्राकडं कधी पाठवलं नाही.

पण आयुष्याची नदी सरळ रेषेत कधीच वाहत नाही. ती पावलोपावली वळण घेत असते. १९१६ साली मी दत्तक होऊन कोकणात गेलो. १९२० मध्ये मी सावंतवाडी सोडून शिक्षक या नात्यानं शिरोड गाठलं. या मधल्या चार वर्षांत

सावंतवाडीत मला जे थोडे मित्र लाभले त्यातले मेघश्याम शिरोडकर हे एक. साहित्यप्रेमामुळं त्यांची माझी पहिली ओळख झाली. ती पुढं वाढतच गेली. शिरोडकर माझ्याहून दोन-तीन वर्षांनी लहान. असहकारतेच्या ऐन भरात शिक्षणाची रूढ चाकोरी सोडून ते पुण्याच्या टिळक महाविद्यालयात दाखल झाले. तिथून पदवीधर झाल्यावर त्यांनी तात्यासाहेब केळकर, शिवरामपंत परांजपे अशा पट्टीच्या संपादकांच्या हाताखाली वृत्तपत्रसंपादनाचे धडे घेतले. १९२० ते १९३० या दशकात ज्यांनी विशी-पंचविशीत पदार्पण केलं होतं त्यांची मनं रिकामी राहणं शक्य नव्हतं. आदर्शांची हल्लीसारखी टंचाई त्याकाळी नव्हती. महात्मा गांधींपासून चित्तरंजन दासांपर्यंत, नाना प्रकारची मोठी माणसं त्याकाळात आमच्यासमोर उभी होती. त्यांच्यासारख्या लखलखणाऱ्या नक्षत्रांच्या प्रकाशात पारतंत्र्याच्या अंधारातही ध्येयाच्या पाऊलवाटा अंधुकपणानं दिसत होत्या. शिरोडकरांनी अशाच एका वाटेनं पुढं जायचं ठरवलं. झाराप हे त्यांचे मूळ गाव सावंतवाडी संस्थानातलंच. तेव्हा सावंतवाडी संस्थान आणि दक्षिण कोकण या भागाची सुखदुःखं वेशीवर टांगणारं आणि महात्मा गांधींनी घडवून आणलेल्या अभूतपूर्व जागृतीचं लोण खेड्यापाड्यापर्यंत नेऊन पोहोचविणारं साप्ताहिक काढायचं त्यांनी ठरवलं. शिरोडकरांच्या कोकणातल्या स्नेह्यांत लेखक हा ज्याच्यावर छाप बसला होता असा मीच होतो. आम्ही दोघंही तरुण. तरुण मनांच्या स्वप्नांना मर्यादा नसते. तेव्हा या साप्ताहिकाच्याद्वारे आपण विविध प्रकारची समाजसेवा करू शकू, याविषयी आम्हा दोघांनाही शंका नव्हती. शिरोडकर संपादक झाले. मी सहसंपादक बनलो. पत्राचं नाव 'वैनतेय' ठेवलं. हे नाव निवडताना 'केसरी' या टिळक आगरकरांच्या वृत्तपत्राच्या नावाचा आणि कोकणी राखण करणाऱ्या सह्याद्रीच्या गिरिशिखरांचा विलक्षण संगम आमच्या मनात झाला असावा. 'वैनतेय'चं ध्येय म्हणून जो श्लोक मी रचला तो 'केसरी'वर असलेल्या श्लोकाचं वृत्त डोळ्यांपुढं ठेवूनच. तो श्लोक असा होता :

वसे दास्यी माता, नयन सलिली मग्न विनता।
असे पंगु भ्राता, अहिकुलछले भीत जनता।।
नसे साह्या कोणी, अमृत लपले स्वर्गभुवनी।
हसे माता, आणि विहगपतिते शत्रु वधुनी।।

'वैनतेय' म्हणजे गरुड, हे सर्वसामान्य मुनष्याला चटकन कळण्याजोगे नव्हते हे खरे, पण आमची तरुण मनं त्याकाळी अस्मानात भराऱ्या घेत असल्यामुळंच की काय, या क्लिष्ट नावाचं मोठं आकर्षण वाटलं असावं. वृत्तपत्राचं ब्रीदवाक्य असलेल्या वरील श्लोकात 'वसे दास्यी माता' हा उल्लेख उघड उघड त्यावेळच्या भारत मातेच्या पारतंत्र्याला उद्देशून केला होता. मात्र दुसऱ्या ओळीतील 'अहिकुलछले भीत जनता' याचा संबंध केवळ ब्रिटिश राजवटीशी नव्हता. आपल्याच समाजाचा

एक भाग दुसऱ्यावर हुकमत गाजवितो, त्याची छळवणूक, पिळवणूक करतो, देशाला जसं स्वातंत्र्य मिळालं पाहिजे त्याप्रमाणं हा 'अहिकुलछल'ही नाहीसा झाला पाहिजे असा विचार अंधुकपणे माझ्या मनात डोकावत होता. तो वाचकांपर्यंत कितपत पोहोचला असेल ते देव जाणे.

'वैनतेय' साप्ताहिक सुरू करताना शिरोडकरांना माझ्याप्रमाणं आणखीही एका व्यक्तीचं सहकार्य मिळालं. या गृहस्थाचं नाव सदाशिवभाऊ सप्ते. सावंतवाडीतले ते चांगल्यापैकी वैदिक. त्यांचे वडील तर अग्निहोत्री होते, पण जुन्या पद्धतीच्या अग्निहोत्रांच्या जोडीनं नव्या पद्धतीचं अग्निहोत्र– एक छोटासा छापखाना– त्यांच्या घरी होता. ते धार्मिक पुस्तकांचे प्रकाशनही करीत असावेत. वासुदेवानंद सरस्वती (टेंबेस्वामी) यांच्या चरित्रग्रंथासाठी काही संस्कृतश्लोक रचून देण्याविषयी त्यांनी मला सांगितल्याचं आठवतं. सदाशिवभाऊंचा मुख्य व्यवसाय परंपरागतच होता. 'वैनतेय' काढायचे ठरविल्यानंतर शिरोडकरांच्यापुढं छापखान्याचा प्रश्न दत्त म्हणून उभा राहिला. पण तो दत्त 'वैनतेया'साठी आधीच तयार होऊन बसला होता. सप्त्यांच्या छापखान्याचे नावच 'श्रीगुरुदत्तात्रय प्रेस' असे होते. वृत्तपत्राचा व्यवहार हा त्या काळी नाही म्हटलं तरी थोडा फार धोक्याचाच होता. आर्थिकदृष्ट्या सावंतवाडीसारख्या छोट्या संस्थानाचं मुखपत्र यशस्वी होणं ही फार कठीण गोष्ट होती. शिवाय संस्थानातलं वृत्तपत्र म्हटलं म्हणजे त्याला एक सोडून दोन सासवांची धास्ती मनात बाळगावी लागे. बाहेरच्या ब्रिटिश मुलुखातलं राजकारण आणि संस्थानचं अंतर्गत धोरण, या एकाच कात्रीच्या दोन पात्यांत आपल्या चिंधड्या उडणार नाहीत ही दक्षता वृत्तपत्राला नेहमीच घ्यावी लागे. असं असूनही सदाशिवभाऊ 'वैनतेय' छापून द्यायला तयार झाले. एवढंच नव्हे तर ते घरचंच वृत्तपत्र आहे अशा भावनेनं त्यांनी ते पुष्कळ दिवस छापून दिलं. लौकिकदृष्ट्या, 'वैनतेया'ला लवकरच थोडंसं यश मिळालं, पण त्याची जमा आणि खर्च यातली कुस्ती नेहमीच चाललेली असे. ती कधीच सुटली नाही, पण सदाशिवभाऊंनी त्याबाबतीत शिरोडकरांना जास्तीत जास्त सहकार्य दिलं.

माझी भूमिका मजकुराचा माल पुरविणाऱ्या मदतनिसाची होती. मी शिरोड्यात, वर्तमानपत्र सावंतवाडीत. ते मंगळवारी निघे. शुक्रवार-शनिवारपर्यंत माझा मजकूर सावंतवाडीला जावाच लागे. शाळेचं काम, साहित्य-लेखन, प्रकृतीच्या तक्रारी आणि 'वैनतेय'करिता करावयाचे लिखाण या चार गोष्टी चार बाजूंनी मला ओढीत असत. त्यामुळे वेळेवर मजकूर पाठविताना माझी त्रेधातिरपीट उडे. मात्र मुळात वृत्तपत्र-लेखनाची किंवा राजकारणातील काथ्याकुटाची आवड नसूनही पहिली पाच-सहा वर्षे मी 'वैनतेय'साठी बरंच लिखाण केलं. अग्रलेखापासून फुटकळ बातमीपर्यंत. माझ्या या साप्ताहिक पोतडीत सर्व प्रकारच्या चीजा असत. देशभक्तीच्या कल्पनांनी

त्या वेळचं वातावरण धुंद झालं होतं. त्या कल्पनांना पोषक असे अग्रलेख वारंवार लिहावे लागत, पण अशा अग्रलेखापेक्षा कोकणातल्या जत्रांचा लोकशिक्षणाच्या दृष्टीने कसा उपयोग करून घेता येईल किंवा कोकणातलं दारिद्र्य किती भीषण आहे याविषयी मी लिहिलेले अग्रलेख त्यातल्या त्यात बरे वाटत असावेत. 'कोकणचं छायाचित्र' या 'वैनतेया'तल्या अग्रलेखाचे कात्रण तात्यासाहेब केळकरांनी मुद्दाम काढून ठेवले होते. १९२६ साली कोल्हटकरांच्या बरोबर मी त्यांच्या घरी सुमारे महिनाभर राहिलो असताना, एकदा 'वैनतेया'संबंधी गोष्टी निघाल्या. त्यांनी चटकन त्या अग्रलेखाचा उल्लेख केला आणि तो कुणाचा आहे असं मला विचारलं.

केळकरांना आपला अग्रलेख आवडावा या गोष्टीचा मला आनंद झाला, पण तशा प्रकारच्या लेखनात अधिक लक्ष घालावं असं स्फुरण त्या अभिप्रायानंतरही झालं नाही. पत्रकाराला आवश्यक असणारी स्वभावाची आणि लेखनपद्धतीची काही द्रव्ये मुळातच माझ्या ठिकाणी नसावीत. त्यामुळं कर्तव्य म्हणून 'वैनतेया'च्या प्रारंभकाळात मी अनेकदा अग्रलेख लिहिले असले, तरी त्याला माझं खरं लेखनसाहाय्य झालं ते वाङ्मय-विभाग सजविण्याच्या रूपानं आणि विविध सदरांची त्याला जोड देण्यानं. 'समुद्रमंथन' हे असंच एक सदर होतं. त्यात माझी स्फुटे वारंवार येत असत. त्यात निरनिराळ्या क्षेत्रांतल्या विसंगतींचा थोड्याशा चुरचुरीत भाषेत परामर्ष घेतला जात असे. वाचकांच्या ठिकाणी स्वत:च्या बुद्धीनं विचार करण्याची शक्ती निर्माण व्हावी आणि सर्व गोष्टींकडं थोड्याफार बुद्धिवादी बैठकीवरून त्याला पाहता यावे हा या स्फुटांचा मुख्य उद्देश असे. १७ डिसेंबर १९२९च्या 'वैनतेया'च्या 'समुद्रमंथन' या सदरातील पुढील दोन स्फुटे, माझी ही भूमिका स्पष्ट करतील.

१

महात्मा गांधींचे नावाजलेले शिष्य व महात्माजी येरवड्याच्या तुरुंगात असताना त्यांच्या 'यंग इंडिया' चे संपादक झालेले श्री. राजगोपालाचार्य यांनी खादीसंबंधानं एक नवा शोध लावला आहे. ते एका खादी भांडारात दहा हजारांच्या नोटांचं एक पुडकं विसरून गेले, पण भांडाराच्या व्यवस्थापकाने लगेच त्यांचा शोध काढून ते पुडकं परत केलं. इतकेच नव्हे तर राजगोपालाचार्य यांनी बक्षिसादाखल देऊ केलेले शंभर रुपयेही त्याने नाकारले. या अनुभवावरून मशारनिल्हे तकलीकरांनी असे अनुमान काढले की, खादीमुळं प्रामाणिकपणा उत्पन्न होतो. खादीभांडाराव्यतिरिक्त दुसरीकडं ही रक्कम राहिली असती तर ती आपल्या हाती कधीच परत आली नसती, असा ठाम सिद्धांत त्यांनी प्रस्थापित केला असून, आपला हा शोध कधी

एकदा महात्माजींपुढे मांडतो आणि त्यांची शाबासकी मिळवितो असे झाल्यामुळे त्यांनी ही गोष्ट पत्राद्वारे महात्माजींना कळविली.

२

गरीब बिचारे राजगोपालाचार्य. त्यांच्या या शोधाचे महात्माजींनी यत्किंचितही कौतुक न करता त्यात बुद्धी आणि तर्क या दोहोंचाही अभाव प्रतीत होत असल्याचे आपले मत दिले. खादी वापरणाऱ्यांत सावाप्रमाणं चोरही असू शकतात, असं स्पष्ट मत देऊन, महात्माजींनी पुढं असंही म्हटलं आहे की, परद्रव्यापहरण न केल्याबद्दल गोडवे गाण्याची बुद्धी होण्यात आपल्या नीतिमत्तेचा पारा बराच खाली गेल्याची एकप्रकारे कबुली आढळते. खादीचं महत्त्व नीतिवर्धनाचं साधन म्हणून नसून आर्थिक मोक्षाची पायरी आहे ही गोष्टही महात्माजींनी आपल्या प्रिय शिष्यांना समजावून दिली आहे. खादीच्या अंगी नीतिपोषक असा काही दैवीगुण असता तर न्यायाधीशांनी जबान्या घेण्यापूर्वी साक्षीदारांना खादीचे कपडे चढविले असते. व्यापाऱ्यांनी आपल्या मुनिमांना खादीचा पेहराव आवश्यक ठेवला असता.

सामाजिक नीतिमत्ता खादीसारख्या बाह्य गोष्टीवर अवलंबून नसते, इतकंच नव्हे तर ज्या समाजावर साध्यासुध्या प्रामाणिकपणाचं कौतुक करण्याची पाळी येते, तिथे हॅम्लेट म्हणतो त्याप्रमाणं डेन्मार्कच्या राज्यात काही तरी कुजलं आहे हेच खरं असण्याची अधिक शक्यता असते.

ही दोन्ही स्फुटं चाळीस वर्षांपूर्वीची असली तरी त्यांचं मर्म शिळं झालेलं नाही असं मला वाटतं. अशा प्रकारच्या स्फुटांत वाङ्मयीन गोष्टींचीही चर्चा केली जाई. ता. २ नोव्हेंबर १९२९ च्या अंकात पुढील स्फुट आहे.

३

खानदेश विद्यार्थी-संघाने खानदेश-गीत तयार करण्याकरिता दहा रुपयांचे बक्षीस ठेवले आहे. राष्ट्रगीत, महाराष्ट्रगीत, विदर्भ-गीत अशा पायऱ्यांनी गीते रचावी लागलेली पाहून उद्या मुंबईत गिरगाव-गीत, फोर्ट-गीत, परेल-गीत वगैरे गीतांची परंपरा सुरू होण्याचा संभव आहे. पुण्याचा अभिमान बाळगणारे लोकही कसबा-भांबुर्डा गीत वगैरेबद्दल बक्षिसे ठेवायला मागे हटणार नाहीत. मनुष्यानं जन्मभूमीचा अभिमान बाळगावा हे खरं, पण जन्मभूमीची व्यापक कल्पना नेहमीच डोळ्यापुढं

ठेवणं इष्ट असतं. नाहीतर प्रांत, जिल्हा, तालुका, गाव वगैरेंवरून उतरताना अभिमानाचा पारा ज्या खोलीत आपली आई प्रसूत झाली तिच्यावर येऊन ठेपला. या अभिमानानं बेळगाव, गोंधळी गल्ली, घर नं. १८७ च्या डाव्या बाजूच्या खोलीत गीत रचायला एखादा कवी सरसावला तर त्याचा हात कोण धरणार?

प्रादेशिक अभिमानाच्या आहारी न जाता एकात्म विशाल भारताची स्वप्नं पाहण्याची शक्ती या देशातल्या सामान्य मनुष्याच्या अंगी निर्माण व्हावी म्हणून न्या. रानड्यांपासून महात्मा गांधींपर्यंत अनेक नेत्यांनी नानाप्रकारचे प्रयत्न केले, पण स्वातंत्र्य मिळून दोन तपं झाली तरी संकुचित अभिमानाचे निखारे पुन:पुन्हा फुलवीत राहण्याची आमच्या अंगवळणी पडलेली सवय अजूनही काही केल्या जात नाही.

वरील स्फुटात या सवयीवर बोट ठेवलं गेलं आहे. लहान मुलाप्रमाणं पोरकट गोष्टींचे फुगे फुगवीत बसणं, अस्मितेच्या नावाखाली निराधार अहंकाराला कुरवाळीत बसणं आणि भूतकाळातल्या शृंखला हे जणू काही आपले अलंकार आहेत, असं मानून भविष्यकाळाच्या आव्हानांकडं दुर्लक्ष करणं, हे भारतीय सामाजिक मनाचे पिढीजात दोष आहेत. लहानसहान कुपथ्यानं अंगात मुरलेला हिवताप जसं आपलं अस्तित्व प्रगट करतो, तसे अडगळीत जमा झालेले अनेक अभिमानाचे विषय आजही आपण महत्त्वाचे मानतो आणि त्यांची आंधळेपणानं पूजा करतो. हे दोष नाहीसे झाल्याशिवाय भारतीय सामाजिक मन, दोन्ही बाहूंनी दिलखुलासपणे भविष्यकाळाला कवटाळू शकणार नाही. आपली राष्ट्रीय एकात्मतेची विशाल नौका अद्यापही वारंवार आपटत आहे, ती याच प्रचंड हिमनगावर.

या खानदेशगीत प्रकरणानंतर जे दुसरे स्फुट आहे ते असे–

धुळे येथे एका अप्रसिद्ध कवीचे काव्य त्याच्या मित्रांनी नुकतेच गाऊन दाखविले. या कार्यक्रमाच्या अध्यक्षांनी 'स्वातंत्र्य मिळेपर्यंत फक्त स्वदेशी, स्वराज्य, स्वातंत्र्य, शौर्य किंवा पराक्रम यावरच काव्यं करावीत' असा सदुपदेश सर्व कवींना उद्देशून केला. कवी हा एक गाडीवान आहे. एक रस्ता सोडून दुसऱ्या रस्त्यानं गाडी नेणं जितकं सोपं, तितकंच एक विषय सोडून दुसऱ्या विषयावर काव्य करणं सोपं असतं असा या पराक्रमी अध्यक्षांचा समज असावा. त्यांचं मत मान्य केलं तर मेळ्यातील पदं करणारे पद्यकार; गोविंदाग्रज, दत्त अगर तांबे यांच्यापेक्षा श्रेष्ठ कवी समजावे लागतील. एक दोन पिढ्या प्रेमाच्या कवितेवर बहिष्कार घालण्याचा त्यांचा पोक्त सल्ला कुणी ऐकेल असं वाटत नाही. उद्या हे गृहस्थ 'स्वातंत्र्य मिळेपर्यंत चार-दोन पिढ्या लोकांनी लग्नंही करू नयेत' असा उपदेश करण्यालाही कचरणार नाहीत.

या स्फुटातल्या अध्यक्षाप्रमाणं आजचे काही अधिकारपदस्थ लोक, साहित्य, कला वगैरेसंबंधी नाना प्रकारची करमणूक करणारी वक्तव्यं करीत असतात. बिचाऱ्यांच्या हे कधीच लक्षात येत नाही की, खरं खुरं काव्य (या एका शब्दात सर्व ललित वाङ्मयाचा समावेश करायला काही हरकत नाही.) हे स्फुरलेलं असतं. रचलेलं नसतं. ललित वाङ्मयाचा विषय लेखकाला शोधत येतो. विषय शोधीत जाणाऱ्या लेखकाची स्थिती मारून मुटकून बनविलेल्या वैद्यबुवासारखी होते.

'समुद्रमंथन' या सदरासारखं अनेक प्रकारचं स्फुट लेखन मी 'वैनतेया'त केलं. थोडासा चुरचुरीतपणा आणि वाचकाला थोडासा विचार करायला लावण्याची धडपड यातून अशा प्रकारचं लेखन निर्माण होई. लोक आवडीनं भेळ खातात, त्याप्रमाणं असलं लिखाण वाचकांकडून आवर्जून वाचलं जातं. असं असलं तरी अशा प्रकारच्या लिखाणात माझं मन फार वेळ रमत नसे. त्यामुळं 'वैनतेय'ला मी जो अन्य मजकूर पुरवीत असे, त्यात क्वचित कविता किंवा कथा असली तरी विनोदी लेख, परीक्षणे आणि छोटे ललित लेख यांचाच भरणा अधिक असे. तालमीत जाणाऱ्या पोराला जशा दंड-बैठका काढाव्याच लागतात, तसं वर्तमानपत्रात नियमितपणे लिहिणाऱ्या लेखकाला आपल्या आवडीचे विषय वारंवार हाताळणं भागच असतं : 'गाढवाची गीता', 'गाजराची पुंगी' अशा विनोदी लेखमाला माझ्या हातून लिहून झाल्या त्या या साप्ताहिकामुळंच. 'गाढवाची गीता' ही त्यातली अधिक वैशिष्ट्यपूर्ण लेखमाला. ही गीता अठरा अध्यायांची होती. प्रत्येक अध्याय म्हणजे एक नाट्यछटा असे. तिच्याद्वारे मानवी स्वभावातल्या आणि प्रचलित समाजातल्या नानाविध विसंगतीवर प्रकाश टाकण्याचा प्रयत्न मी करी. नाट्यछटा एकंदरीत खुसखुशीत असे. केळकर-कोल्हटकरांसारख्या वडील पिढीतल्या अग्रगण्य साहित्यिकांनी या गीतेचं कौतुक केलं. ती पुस्तक रूपानं छापल्यास फार लोकप्रिय होईल असं कोल्हटकरांनी मला मुद्दाम लिहिलं होतं, पण एकतर माझ्या विनोदशक्तीच्या मर्यादा मला तीव्रतेने जाणवत होत्या. अधिक महत्त्वाची गोष्ट म्हणजे तो सारा काळ माझा लेखनविषयक उमेदवारीचा होता. झाड कलमी आंब्याचं असलं तरी त्याला आरंभी कैऱ्याच लागतात. सुरेख आणि वास येणारे सुंदर हापूस आंबे त्याच्यावर काही एकदम निर्माण होत नाहीत, ही मला मनोमन जाणीव होती. त्याप्रमाणं कोणत्याही कलेत, विद्येत अगर शास्त्रात आरंभीची सारी धडपड पायाभरणीतच लुप्त होते, हेही मला जाणवत होतं.

विनोदी लेखनाप्रमाणं छोटी मोठी खूप परीक्षणं मी लिहिली. मोठ्या परीक्षणाकरिता 'परिचयाची परडी' हे एक स्वतंत्र सदरच मी सुरू केलं होतं. परीक्षण चुरचुरीत व्हावं म्हणून त्यात विषयाच्या अनुषंगानं चिमटे घेतले जात. क्वचित टोपी उडविली जाई;

पण परीक्षणाचा मुख्य हेतू पुस्तक चांगलं असल्यास त्याचा थोडा रसास्वाद वाचकांपर्यंत पोहोचावा आणि ते भिकार असल्यास त्या लेखकाला सरस्वतीला आपले बेसूर गायन पुन्हा ऐकवण्याची इच्छा होऊ नये, असा असे.

'वैनतेय'तल्या या पहिल्या पाच-सहा वर्षांतल्या लेखामुळं माझा आत्मविश्वास वाढायला मदत झाली. त्यापेक्षाही मला जो मोठा फायदा झाला तो म्हणजे स्वत:च्यातल्या 'मी'चा मला पत्ता लागला. प्रत्येक लेखकाला विविध वाङ्मय प्रकार सारख्या सामर्थ्यानं हाताळता येत नाहीत इतकंच नव्हे, तर चांगलं लेखन हे केवळ बुद्धीचं आणि कल्पनाविलास यांचं काम नाही, याची जाणीव मला झाली. माझ्यातला लघुनिबंधकार मला सापडला तो याच जाणिवेनं. लेखक या नात्यानं आपल्या मर्यादा कोणत्या आणि आपलं सामर्थ्य कशात आहे याचा विचार मी करू लागलो तो याच वेळी. अशा मन:स्थितीत स्वानुभवावर आधारलेला जो एक छोटा ललितलेख ('निकाल द्या!') मी लिहिला, त्यानंच लघुनिबंधाची पाऊलवाट मला दाखविली.

मी 'वैनतेय'मध्ये विपुल लेखन केलं असलं तरी हाडाचा पत्रकार नाही हेच खरं. १९३४-३५ च्या सुमाराला मी पुण्यात फुरसं चावल्यामुळं झालेल्या विषबाधेवर उपचार करून घेत होतो. त्यावेळी एक-दोन प्रमुख वृत्तपत्रांकडून सहसंपादक म्हणून मी काम करू शकेन किंवा काय याविषयी माझ्याकडे विचारणा झाली होती, पण मला वृत्तपत्रलेखनाचं खास आकर्षण नसल्यामुळं मी त्या विचारणेला नकार दिला. पुढं कोल्हापूरला येऊन स्थायिक झाल्यावर माधवराव बागलांच्या 'अखंडभारत' या साप्ताहिकाला आचार्य जावडेकर आणि मी लेखन-साहाय्य करीत होतो. ते दिवस राजकीय लढ्याचे आणि नानाविध संघर्षाचे होते. तो काळ लक्षात घेऊन 'अखंडभारता'त मी जे लेखन केलं त्यात टोलरच्या पत्रांचे अनुवाद होते. 'वटपत्र' नावाची त्या ज्वलंत काळाची पार्श्वभूमी असलेली एक पत्रात्मक कादंबरीही मी लिहायला घेतली होती, पण ती अर्धवटच राहिली. माझ्या मूळच्या लघुनिबंधावर त्या धगधगत्या काळातल्या काही घटनांचं कलम करून मी जे निराळ्या प्रकारचे निबंध लिहिले, त्यातले बरेचसे 'अखंडभारता'त आले आहेत. शिवरामपंत परांजप्यांच्या लेखनाचे भक्त असलेल्या अनेक वृद्ध माणसांनी त्या निबंधांचं कौतुक केलं. त्या निबंधसंग्रहाचं नाव 'मंजिऱ्या'. त्यातला 'विसरलेला संदेश' हा निबंध वाचून तुरुंगातून रावसाहेब पटवर्धनांनी मला मुद्दाम अभिनंदनपर निरोप पाठविला होता. त्यामुळं हे विशिष्ट प्रकारचं ललित लेखन अगदी वाया जात नाही, याची मला पूर्ण कल्पना आली.

माझ्या या साऱ्या अनुभवांचा निष्कर्ष असा आहे– अक्षर चांगलं घटावं म्हणून ज्याप्रमाणं दररोज कित्ते गिरविले जात असत किंवा शुद्धलेखनाच्या दहावीस ओळी

घरून लिहून न्याव्या लागत, त्याप्रमाणं लेखनाच्या उमेदवारीच्या काळात वर्तमानपत्रात थोडं फार लिहिण्याची संधी ज्याला मिळेल त्यानं तिचा जरूर फायदा घ्यावा. वृत्तपत्रांकरिता लेखन करावं लागतं ते अगदी लग्नघाईनं– प्रसंगी घिसाडघाईनं. पण त्यामुळं लेखनशक्ती चपळ बनते. सामान्यत: साहित्यिक गुण अंगी असलेला मनुष्य उठल्यासुटल्या लेखन करीत नाही. त्यामुळं त्याची लेखणी थोडी फार आळसावलेली असते. थंडीच्या कडाक्यानं नदीच्या पृष्ठभागावर बर्फाचा थर पसरावा, तशी त्याच्या लेखनाची स्थिती होते. कित्येकदा विचार फार आणि कृती थोडी अशी त्याची हॅम्लेटसारखी अवस्था होण्याचा संभव असतो. असं घडणं लेखनाच्या प्रारंभकाळी फारसं इष्ट नसतं. वर्तमानपत्रातलं लेखन हुकमेहुकूम करावं लागत असल्यामुळं तिथं गीतेच्या पहिल्या अध्यायातल्या अर्जुनाप्रमाणे धनुष्यबाण टाकून चालत नाही. धनुष्य जड असलं तरी ते चटकन उचलावं लागतं. बाण बोथट असला तरी तो धनुष्याला लावून सोडावा लागतो. असं झटपट लेखन हातून होत गेलं म्हणजे आत्मविश्वास निर्माण होतो. रणांगणावर लढणाऱ्या सैनिकाप्रमाणं या आत्मविश्वासाची प्रत्येक प्रकारच्या कलावंताला आवश्यकता असते.

मात्र साहित्यिक आणि पत्रकार यांचे प्रकृतिधर्म अंशत: भिन्न आहेत, हे कुणीही विसरू नये. पत्रकाराचं सारं कर्तृत्व वर्तमानकाळाशी संबद्ध असतं. जीवन-सागरावरल्या पृष्ठभागावर उठणाऱ्या वादळाशी त्याला मुकाबला करावा लागतो. साहित्यिकाचं वर्तमानकाळाइतकंच भूत-भविष्याशीही निकटचं नातं असतं. जीवन-सागराच्या अंतरंगातला पाणबुड्या होऊन त्याला मोती असलेले शिंपले बाहेर आणायचे असतात. पत्रकार आणि साहित्यिक यांचे मार्ग जरी एकाच श्रेयाच्या शोधाच्या दिशेने जात असले, तरी त्या दोन्हीत खूप अंतर पडणं स्वाभाविक आहे. या दोन्ही क्षेत्रात कर्तृत्व गाजविणारे सव्यसाची लेखक प्रत्येक पिढीत निर्माण होतात, पण फार थोडे. केळकर-खाडिलकर आणि अत्रे-माडखोलकर ही अलीकडची नावे, या संदर्भात उल्लेखता येतील.

पहिलं पाऊल : लघुनिबंध लेखन

प्रामाणिक आविष्काराची लज्जत

१९२६-२७ साली तसं मी हौसेनं नाट्यलेखन केलं. तसाच दुसऱ्या एका वाङ्मयप्रकाराकडे वळलो. अगदी नकळत. आपण काय लिहितोय, याचा विचारही न करता; पण लिहावसं वाटलं म्हणून. तो वाङ्मयप्रकार म्हणजे लघुनिबंध. या लेखनाकडे मी वळलो.

१९२७ मधला तो प्रसंग. शाळा एखाद्या वाढाळू पोरीप्रमाणे भराभर मोठी होत होती. आम्ही शिक्षक व विद्यार्थी या सर्वांनाच मोठा हुरूप चढला होता. शाळा आपल्या स्वतःच्या घरात नांदायला आली होती. जवळ असलेल्या वेंगुर्ले, सावंतवाडी या ठिकाणी विद्यार्थ्यांच्या खेळाच्या पुष्कळ सोयी असत. त्यांना स्वतंत्र क्रीडांगण उपलब्ध होतं. आमचं क्रीडांगण म्हणजे शाळेसमोरची भातशेतीची जमीन. पावसाळ्याचे चार महिने सर्व खेळ बंद. पुढे त्या जमिनीत दुसरं पीक काढण्याची सोय नसल्यामुळे मुलांना आट्यापाट्या, खोखो, हुतूतू वगैरे खेळायला मिळे; पण तेवढ्यानं मुलांचं समाधान होण्याजोगं नव्हतं. वृत्तपत्रांतून त्यावेळी क्रिकेटच्या रोमहर्षक बातम्या वाचायला मिळत. भारतात आलेली एम.सी.सी.ची टीम, विशीतल्या अमरनाथनं काढलेलं शतक, षटकार आणि चौकार यांच्या आतषबाजीनं गाजलेला सी. के नायडूंचा पराक्रम या साऱ्या गोष्टी अगदी कोपऱ्यातल्या खेड्यात अभिमानानं वाचल्या जात, चर्चिल्या जात. मी क्रिकेट खेळणं सोडून दिलं असलं, तरी शाळेतील माझी क्रिकेटची आवड कायम होती. मी या सर्व पराक्रमाच्या गोष्टी वाचीत असे. वर्गातही त्याविषयी बोलत असे. साहजिकच आपल्याही शाळेत क्रिकेट असावं, असा बूट निघाला. हौस आम्हा सर्वांनाच होती. तेव्हा जुजबी सामान आणून सभोवतालच्या शेतजमिनीच्या त्यातल्या त्यात लांबरुंद अशा पट्टीमध्ये आम्ही आमचं क्रीडांगण सुरू केलं. शनिवार-रविवार सामने सुरू झाले.

अशाच एका सामन्यात पंचाचं काम मला करावं लागलं. दुपारचं ऊन तापत होतं. मी छत्री घेऊन पंचाचं काम करीत होतो. सुट्टीचा दिवस असल्यामुळे कुठल्यातरी संकल्पित कथेच्या चिंतनात अंतर्मन मग्न होतं. मुलांच्या दृष्टीनं सामना रंगात आला होता. तो थोडा अटीतटीचाही असावा, पण माझं लक्ष सामन्यात फारसं नव्हतं. उन्हामुळे मी कदाचित पेंगुळलोही असेन. अशा स्थितीत निरभ्र आकाशातून ढगांचा गडगडाट व्हावा तसा मोठा गिल्ला माझ्या कानांवर पडला. हाऊज दॅट, अंपायर? काय घडलं होतं हे मला नीट दिसलं की नाही, कोण जाणे? पण रस्त्यावर कुणी परिचित मनुष्य भेटला आणि त्यानं कसं काय? म्हणून विचारलं, म्हणजे आपण सारं ठीक आहे असं जसं उत्तर देतो तसं त्या गिल्ल्याचं आऊट असं उत्तर माझ्या तोंडून बाहेर पडताच माझ्या मनात आलं, आपण तो चेंडू नीट पाहिला होता का? LBW चा निकाल देणं सर्वांत कठीण. अशा बाबतीत मतभेद फार संभवतात. खेळणाऱ्याचा पाय कुठं होता? चेंडू कुठं लागला? हे आपण खरोखरच पाहिलं आहे काय? मी मनातल्या मनात गडबडलो. दुसरी बाजू 'Not out! Not out!' म्हणून ओरडू लागली. माझ्या निकालाची मला खात्री न वाटल्यामुळं मी तो बदलला आणि 'Not out!' म्हणून निकाल दिला. त्यामुळे दुसऱ्या पक्षाचं समाधान झालं, पण पहिला पक्ष चवताळून उठला. माझी स्थिती इसापनीतीतल्या दोन बायकांच्या दादल्यासारखी झाली. तरुण बायकोला खूष करायचं तर तिला पांढरे केस उपटू दिले पाहिजेत. प्रौढ पत्नीला राजी राखायचं तर तिला काळे केस उपटण्याची परवानगी दिली पाहिजे. मी चेंडू नीट पाहिलाच नव्हता असं दोन्ही पक्षांना सांगितलं. मी माझा निकाल रद्द केला आणि पंचाच्या जागेचा राजीनामा देऊन घर गाठलं.

घरी जाऊन मी स्वस्थ पडलो, पण झोप येईना. पुस्तक वाचायला घेतलं. त्यात मन रमेना. संकल्पित कथेच्या लेखनाला लागणं जरूर होतं, पण नुकत्याच घडलेल्या प्रसंगाखेरीज दुसऱ्या कुठल्याच गोष्टीच्या चिंतनाला माझ्या मनात थारा मिळेना. 'How's that Umpire?' हा प्रश्न माझ्या कानात अजूनही जणू काही घुमत होता. तसं पाहिलं, तर हा सामना लुटुपुटीचा. खेड्यातल्या एका शाळेतल्या मुलामुलांतला. त्याला इतकं महत्त्व देण्याजोगं काय होतं? पण पंच या नात्यानं निर्णय देताना झालेली माझी मन:स्थिती आठवली. हा प्रसंग बाह्यत: गंमतीदार होता. माझी फजिती आठवून माझं मलाच हसू येत होतं. पण या छोट्या, साध्या गंमतीदार प्रसंगामागे जीवनातलं एक विलक्षण सत्य लपलं आहे, याच्या जाणिवेनं मी बैचेन झालो. हे चांगलं, हे वाईट; हे पाप, हे पुण्य; हा गुन्हेगार, तो निर्दोष असे नाना प्रकारचे निर्णय आपण हरघडी जीवनात करतो. जणू जगाच्या न्यायासनावरल्या मुख्याधिकाऱ्याचं काम आपल्याकडेच आलं आहे. कुटुंबात, शाळा-कॉलेजात, समाजात, जागतिक राजकारणात, सर्वत्र आपण विचार न करता न्यायाधीश बनतो. (मौज ही की, स्वत:ला आरोपीच्या पिंजऱ्यात उभं करून न्यायमूर्ती बनणं आपल्याला

क्षणभरही जमत नाही.) पण खरोखर कोणत्याही घटनेतलं सत्य शोधून काढणं इतकं सोपं काम आहे का? या जगात सत्याचं सहजासहजी दर्शन होतं का? सत्य आणि अर्धसत्य, सत्याचे सोज्वळ मुखवटे घालून उजळ माथ्यानं जगात अहोरात्र वावरत असतात. न्यायाधीश झाला, तरी शेवटी माणूसच असतो. पतित स्त्रीवर दगडफेक करणाऱ्या जमावाला 'ज्याच्या हातून पाप घडलं नसेल त्यानं हिच्यावर धोंडे मारावेत' असं ख्रिस्तानं सांगितलं होतं. त्यात फार फार अर्थ आहे. न्याय देणं, निर्णय करणं, अंतिम सत्य शोधून काढणं ही गोष्ट फार कठीण आहे.

अशा विचारांच्या भोवऱ्यात गिरक्या खातखात मी तो दिवस काढला, पण मनातला कोलाहल थांबला नाही. जे चिंतन चाललं होतं, ते विलक्षण आनंददायक होतं. आपल्या मनातलं हे चिंतन कागदावर उतरून ठेवावं, म्हणजे आपलं मन हलकं होईल, असं मला वाटलं. मी लिहायला बसलो. आणि 'निकाल द्या!' हा लेख लिहून उठलो. 'वैनतेय'च्या प्रत्येक अंकासाठी त्यावेळी मला काही ना काही लिहावं लागे. हा लेख पुढच्याच आठवड्यात मी प्रसिद्ध केला. तो वाचकांना फार आवडला. ती कथा नव्हती, तो गंभीर निबंध नव्हता. कुठल्याही वाङ्मयप्रकारात बसण्याजोगं हे लिखाण नव्हतं. तो एक लघुललित लेख होता. पण माझ्या ज्या अनुभवातून निर्माण झाला होता, तसे अनुभव, तशा कल्पना, तसे विचार मला वारंवार सुचतात, हे माझ्या लक्षात आलं. असे गंमतीदार लघुललित लेख 'वैनतेया'त लिहायचं ठरवून 'रानफुले' ही लेखमाला मी सुरू केली. 'वायुलहरी' या माझ्या पहिल्या लघुनिबंध-संग्रहात क्रमांक ११ पासून क्रमांक २२ अखेर जे लेख समाविष्ट झाले आहेत, ते प्रथमतः 'वैनतेया'त आलेल्या लेखांपैकीच आहेत. 'वायुलहरी'च्या दुसऱ्या आवृत्तीच्या तीन ओळींच्या प्रस्तावनेत मी अशा प्रकारच्या लेखनाचा 'गंमतीने लिहिलेल्या लघुलेखांचा हा संग्रह आहे' असाच निर्देश केला आहे. कारण त्यावेळी मला 'Short Essay', 'Personel Essay वगैरे इंग्रजी वाङ्मयप्रकाराची कल्पना नव्हती. त्याचे तंत्र, नियम, चिकित्सा याबाबतीत मी पूर्ण अज्ञानी होतो. पण नव्यानव्या गंमतीदार चमत्कृतिजनक, बाह्यतः मजेदार परंतु नकळत थोडासा विचार करायला लावणाऱ्या कल्पना मला नित्य सुचत होत्या. तसं माझं जग लहान. वर्षातले अकरा महिने शिरोड्याच्या पंचक्रोशीत काढणारा मी मनुष्य. पण त्या लहान जगातही माझ्या कल्पनेला चालना देणारे, भावनेला आवाहन करणारे आणि मला अंतर्मुख करून विचार करायला लावणारे विषय मला विपुलतेनं मिळत होते. पारिजातकाचा एक बहराचा काळ असतो. कलावंताच्या बाबतीतही तो तसा असावा. तो काळ माझ्या आयुष्यात याच सुमारास सुरू झाला असावा.

❖

११. पहिलं पाऊल : पहिलं पुस्तक (नाटक)

मातृपदाच्या सुखाचा (आणि प्रसववेदनेचाही) लाभ

मी लिहायला लागलो अगदी लहानपणी. आपले लिखाण मासिकात छापून कसे येईल, एवढी एकच विवंचना त्यावेळी माझ्यापुढे होती. तो काळ मोठा गंमतीचा होता. ज्या पुरुषांचे लिखाण मासिकांकडून परत येई, ते पुढे तेच लिखाण आपल्या बायकांच्या नावावर पाठवीत आणि मग त्यांच्या प्रसिद्धीचा मार्ग मोकळा होई, असे प्रवाद त्यावेळी अधूनमधून ऐकू येत. माझे वय त्यावेळी फार लहान असल्यामुळे हा प्रयोग करून पाहणे मला शक्य नव्हते.

१९१९ साली 'उद्यान' मासिकाच्या संपादकांकडे मी माझा पहिला लेख (तो विनोदी होता, हे ऐकून आज अनेकांना आश्चर्य वाटेल.) पाठविला. तो लगेच छापून आला. त्या लेखामुळे माझ्यावर अब्रुनुकसानीची फिर्याद झाली. ती फिर्याद हे चहाच्या पेल्यातले एक वादळ होते खरे. पण त्यावेळी माझ्यासारख्या नवख्या लेखकाला ते समुद्रातील वादळापेक्षाही अधिक भयंकर वाटले असल्यास नवल नाही. आपल्या पहिल्याच लेखाने फिर्यादीचे शुक्लकाष्ट लादून घेणारा मी मराठीतला– कदाचित् जागतिक वाङ्मयातला– पहिलाच लेखक असेन. मात्र लेखाचा पायगुण दुसऱ्या कोणत्याही दृष्टीने मला भोवला नाही. तो छापून आल्यावर कविता, टीकालेख, विनोदी लेख, गोष्टी, नाट्यछटा असे जे जे मी लिहू लागलो, ते ते 'उद्यान', 'नवयुग', 'मनोरंजन' इत्यादी त्या काळच्या प्रमुख मासिकांतून प्रसिद्ध होऊ लागले. माझ्यापुरता तरी 'साभार परत' हा शब्दप्रयोग तत्कालीन संपादकांच्या कोशात नव्हता.

१९२७ पर्यंत माझे लेखन असेच चालले होते. गल्लीत क्रिकेट खेळणाऱ्या एखाद्या पोरासारखे. मी लिहिलेलेच प्रसिद्ध होत होते. संपादकांकडून अधूनमधून

उत्तेजनपर पत्रे येत होती. श्री. कृ. कोल्हटकर, न. चिं. केळकर, वा. म. जोशी, कवि माधव अशी काही वडीलधारी मंडळी माझ्या लिखाणातले काही आवडले म्हणजे कौतुकाचे उद्‌गार काढीत होती. लेखक होण्याचे माझे लहानपणीचे स्वप्न सत्यसृष्टीत उतरले होते. माझ्या कथा झपाट्याने प्रसिद्ध होत होत्या; पण दिवाळी अंकांच्या दहा-बारा कथांची ऑर्डर घ्यायची, हुकमेहुकूम माल पुरवायचा आणि पुढे लवकरच त्या लिखाणाचा संग्रह प्रसिद्ध करायचा, असा ग्रंथकार होण्याचा सुलभ मार्ग त्यावेळी कथाकारांना उपलब्ध नव्हता. किंबहुना हरिभाऊंच्या 'स्फुट गोष्टी' किंवा असाच एखाद-दुसरा कथासंग्रह वगळला तर गोष्टी पुस्तकरूपाने वाचण्याची त्या वेळच्या मराठी वाचकाला सवयच नव्हती. १९१० ते २० या दशकातले अग्रगण्य कथाकार वि. सी. गुर्जर यांनी त्या काळात विपुल कथालेखन केले पण त्यांचा एकुलता एक कथासंग्रह 'द्राक्षाचे घोस' प्रसिद्ध झाला तो १९३० नंतरच्या दशकात. प्रा. ना. सी. फडके हेही १९१७-१८ पासून कथालेखन करीत होते पण त्यांचा पहिला कथा-संग्रह प्रकाशित झाला तोही १९३४ च्या आगेमागे.

अशा स्थितीत एखादा कथासंग्रह काढून ग्रंथकार होण्याचे स्वप्न माझ्यासारख्या खेडवळ शिक्षकाला पडणे शक्य नव्हते पण १९२८ साली एके दिवशी एका पुस्तकावर लेखक म्हणून माझे नाव छापून आले. तो कथासंग्रहही नव्हता किंवा कादंबरीही नव्हती. ते होते एक नाटक!

ते झाले असे– १९२६ साली माधवराव जोश्यांचे 'म्युनिसिपालिटी' नाटक रंगभूमीवर आले. 'He Came, he saw and he conquered' असे काही वीरपुरुषांविषयी म्हटले जाते. साहित्यातील काही ललित कृती किंवा रंगभूमीवरली अगदी निवडक नाटके यांच्या बाबतीतही असेच म्हणता येईल. 'म्युनिसिपालिटी' हे अशा नाटकांच्या मालिकेत शोभून जाणारे होते. विडंबनाच्याद्वारे माधवराव जोश्यांनी आपल्या तथाकथित नगरपालिकांच्या कारभारावर इतका विदारक प्रकाश टाकला होता की नाटक पाहताना एकीकडे प्रेक्षकांची हसूनहसून मुरकुंडी वळे आणि दुसरीकडे नकळत तो आपल्या नागरी जीवनाविषयी विषादपूर्ण विचार करू लागे. (माधवराव जोश्यांचे हे नाटक निदान आपल्या देशांत तरी कधी शिळे होण्याचा संभव नाही, हे आजही गावोगाव नगरपालिकांचा जो कारभार चालतो, त्यावरून सहज दिसून येईल.) एक गोष्ट मात्र खरी होती– या नाटकात नगरपालिकेच्या कारभाराचे आणि नगरपित्यांच्या विविध स्वार्थी वृत्तींचे जे चित्रण करण्यात आले होते, ते सर्व थोड्याफार कलापूर्ण पण काळ्या अशा रंगांनी. त्या काळ्याकुट्ट चित्रात प्रकाशाचा किरण कुठेही दिसत नव्हता. नगरपालिका ही स्वराज्याच्या शिक्षणाची शाळा आहे, अशी श्रद्धा असणाऱ्या आणि समाजाच्या हिताच्या दृष्टीने पाहणाऱ्या गंभीर प्रकृतीच्या लोकांना हे विडंबनचित्र पचण्याजोगे नव्हते. त्यामुळे माधवराव

जोश्यांच्या नाटकात केवळ विध्वंसक भाग आहे, असे त्यावेळच्या एका प्रसिद्ध कार्यकर्त्यांना वाटले. त्यांनी नगरपालिकेविषयी विधायक नाटक लिहिणाऱ्या लेखकाला एक हजार रुपयांचे पारितोषिक जाहीर केले.

१९२७ च्या मे महिन्याच्या अखेरीस प्रवासात ही जाहिरात माझ्या वाचनात आली. नाटक लिहिण्याचा झटका मला आला. या स्फूर्तीच्या म्हणा अथवा विकृतीच्या म्हणा, मुळाशी बक्षिसाचे प्रलोभन होते. नाटक लिहिण्याची अनिवार हौस होती, की गांधीजी ज्या वृत्तीने त्या काळात आपल्या चळवळी करीत होते त्या वृत्तीने नगरपालिकांचा कारभार चालविल्यास समाजाची खरीखुरी प्रगती होणे कठीण नाही, या विचारावर माझा विश्वास होता, हे मी सांगू शकत नाही. मात्र त्यावेळचे एक हजार रुपये म्हणजे आजचे पाच-सहा हजार रुपये होते. ते बक्षीस मिळणे म्हणजे शाळेतला तीन-चार वर्षांचा पगार मिळण्यासारखे होते.

ते बक्षीस त्या स्पर्धेत भाग घेणाऱ्यांपैकी कुणालाच मिळाले नाही. 'ए रायटर्स नोटबुक' या पुस्तकात मॉमने चांगल्या गोष्टींपेक्षा वाईट गोष्टी हा ललित लेखनाचा उत्तम मसाला असतो, अशा अर्थाचे एक विधान केले आहे. त्या विधानात थोडेफार तथ्य आहे. त्यामुळेच की काय, नगरपालिकेच्या विधायक बाजूचे चित्रण करणाऱ्या नाटककारांपैकी एकालाही माधवराव जोश्यांसारखा आपल्या नाटकात रंग भरता आला नाही. बक्षीस न मिळाल्यामुळे माझ्या नाटकाचे हस्तलिखित हळूहळू न्हाणीच्या चुलीत जायचे. पण या नाटकाच्या परीक्षक-मंडळात जुन्या पिढीतले बेळगावचे एक रसिक व मार्मिक गृहस्थ होते. त्यांचे नाव भाऊसाहेब सोमण. (ते 'किरात'या टोपणनावाने लिहीत असत. केशवसुतांचे मित्र व चाहते, विद्यार्थ्यांच्या रंगभूमीवर लोकप्रिय असलेल्या 'पन्हाळगडचा किल्लेदार' या छोटेखानी नाटकाचे लेखक, नटसम्राट गणपतराव जोशी यांनी ज्यांचे 'माझी बहीण' हे नाटक बसविले होते असे नाटककार व 'मनोरंजन', 'विविधज्ञानविस्तार' इत्यादी त्याकाळच्या प्रसिद्ध मासिकांचे कवी आणि टीकाकार इत्यादी नात्यांनी ते आपल्या पिढीत प्रसिद्ध होते.) भाऊसाहेबांना माझे नाटक आवडले. त्यामुळे माझे बेळगावचे मित्र डॉ. के. वा. साठे व पु. ल. ओगले यांना ते रंगभूमीवर यावे, असे वाटू लागले. नाट्यकला प्रसारक मंडळींच्या चालकांशी डॉ. साठे यांचा परिचय होता. नाटककाराला कंपनी हवी होती, कंपनीला नाटक हवे होते. त्यामुळे एखादे लग्न पाच मिनिटांत जमून जावे, तसे हे नाटक त्या मंडळींकडे गेले. नाटक बसणे ही सामान्यत: त्याकाळी विलंबाची गोष्ट मानली जात असे. पण त्या कंपनीत बसत असलेले वीर वामनराव जोश्यांचे 'धर्मसिंहासन' नाटक काही कारणाने लांबणीवर पडले. त्यामुळे माझे 'रंकाचे राज्य' १९२८ साली सांगलीला रंगभूमीवर आले.

नाट्यकलाप्रसारक मंडळी ही एक दुय्यम दर्जाची नाटक मंडळी होती. त्यामुळे

माझे नाटक रंगभूमीवर आले ते छापायला कुणी प्रकाशक पुढे येईल, असे मला वाटले नव्हते पण सांगली हायस्कूलमध्ये माझ्या मागे एक वर्ष असलेले श्री. अतीतकर हे विजापूरकरांच्या समर्थ विद्यालयाचे आजीव सेवक झाले होते आणि त्या विद्यालयाच्या समर्थ छापखान्याचे काम पाहत होते. समर्थ विद्यालयाला अल्पस्वल्प साहाय्य व्हावे म्हणून त्यांनी माझ्याकडे नाटकाच्या प्रकाशनाविषयी विचारले. विजापूरकर व राष्ट्रीय शिक्षण यांच्याविषयीच्या आदरामुळे मी ते नाटक समर्थ विद्यालयाला विनामूल्य दिले. त्या नाटकाच्या प्रकाशनामुळे समर्थ विद्यालयाला काही लाभ झाला की नाही, याची मला कल्पना नाही. आता या नाटकाची मला आठवण आहे ती प्रकाशित झालेले माझे पहिले पुस्तक या नात्याने. या नाटकाची एक प्रत माझ्या एका विद्यार्थी-मित्राने मुंबईच्या फुटपाथवर पैदा केल्याचे तो मला सांगत होता. मुंबईत फूटपाथवर लाखो गोरगरीब लोकांना झोपावे लागते, हे मी वर्षानुवर्षे पाहत आलो आहे. तेव्हा माझ्या पहिल्यावहिल्या अत्यंत सामान्य पुस्तकाला फूटपाथचा आश्रय करावा लागला असला, तर त्यात नवल नाही.

मात्र या नाटकाची एक आठवण माझ्या साहित्यिक जीवनाला विरंगुळा देणारी अशी आहे– हे नाटक रंगभूमीवर आल्यावर केशवराव दात्यांचे अगदी अचानक असे एक पत्र मला आले. दात्यांनी हे नाटक पाहिले होते. पत्रात त्यांनी त्या नाटकात नायिकेचे काम करणाऱ्या कमळाबाईंविषयी चांगले उद्गार काढले होते. आणि त्या पत्रात मला आश्चर्याचा धक्का देणारी जी गोष्ट होती ती ही की, दात्यांनी माझ्याकडे नव्या नाटकाची मागणी केली होती!

पहिलं पाऊल : कादंबरी लेखन

हे येरागबाळाचे काम नव्हे!

मी कादंबरीकार कसा झालो हे अजून मला एक मोठे कोडे वाटते. लहानपणापासून लेखक होण्याची महत्त्वाकांक्षा माझ्या मनात– चोरटेपणाने का होईना– वावरत होती. पण मोठा लेखक म्हटले की तो लोकप्रिय नाटककार असला पाहिजे अशीही माझी पहिल्यापासून समजूत होऊन बसली होती. नाटकांनी आणि नाटकांविषयीच्या रसाळ गप्पागोष्टींनी रंगलेल्या सांगलीच्या वातावरणात माझे मॅट्रिकपर्यंतचे शिक्षण झाले. त्याचा हा क्रमप्राप्त परिणाम होता. सांगली ही मराठी नाट्यकलेची गंगोत्री होती. विष्णुदास भावे, देवल, खाडिलकर वगैरे नाटककार या भूमीने निर्माण केले होते. देवल-खाडिलकरांच्या तोडीचा तर सोडाच, पण दुय्यम दर्जाचा कादंबरीकारसुद्धा सांगलीत कधीकाळी होऊन गेल्याचे माझ्या ऐकिवात नव्हते. साहजिकच कृष्णाकाठची ही विशिष्ट हवा काळीकुळकुळीत वांगी आणि कोवळी लुसलुशीत कणसे यांच्याप्रमाणे रसपूर्ण नाट्यनिर्मितीलाही अनुकूल आहे असा माझ्या बालमनाचा हट्ट होऊन बसला नसता तर नवल!

आपण लेखक व्हायचे म्हणजे नाटककारच व्हायचे असे लहानपणापासूनच मला वाटू लागण्याचे आणखी एक बलवत्तर कारण आहे. ते म्हणजे श्राव्य काव्यापेक्षा दृश्यकाव्याचा माझ्या मनावर चटकन होणारा तीव्र परिणाम! 'तुकारामा'पासून 'कवी कमाल' पर्यंत आणि 'दंतधारी' पासून 'प्रेमसंन्यास' पर्यंत वयाच्या पहिल्या पंधरा-सोळा वर्षांत मी पाहिलेली नाटकं, विषय, नाट्यगुण, रचना, कौशल्य, वाङ्मयगुण इत्यादी अंगे, एकमेकांहून फार भिन्न होती. कुठल्याही नाटकाचा दर्शनी पडदा उघडला की यक्षसृष्टीत गेल्यासारखी माझी स्थिती होई. तिथली सुखदुःखे मला खरी वाटू लागत. कृष्णेच्या डोहात जीव द्यायला निघालेल्या निरपराध

शारदेसाठी आणि वधस्तंभाकडे नेल्या जाणाऱ्या निष्पाप चारुदत्तासाठी मी बालपणी किती वेळा डोळे पुसले असतील ते देव जाणे!

याबाबतीत अजूनही मी फारसा बदललो आहे असे वाटत नाही. आयुष्याच्या ओघात मनुष्य बाहेरून बदलतो, आतून नाही, असेच मला वाटते. गेल्या पंचवीस वर्षांत जगप्रसिद्ध अशा किती तरी हृदयंगम कथा आणि सुंदर कादंबऱ्या मी वाचल्या. त्या वाचताना माझे मन हलले, पण ते हेलावत नाही. कल्पकता, विचारविलास, जीवनदर्शन, अनुभूतींचा सखोलपणा इत्यादी दृष्टींनी चांगली कादंबरी चांगल्या नाटकापेक्षा अधिक संपन्न असते, हा अनुभव मी अनेकदा घेतला आहे. नाही असे नाही. पण असल्या कादंबऱ्या वाचताना मी स्वत:ला पूर्णपणे विसरून जाऊ शकत नाही. त्या वाचताना माझी बुद्धी जागृत असते. मी पूर्णपणे धुंद होत नाही. पण 'शारदा', 'हॅम्लेट', 'भाऊबंदकी' 'तुकाराम' इत्यादी नाटके पाहताना हा बेभान होण्याचा अनुभव मी घेतला आहे. गणपतराव जोश्यांचे 'जगावे की मरावे' हे स्वगत आठवले की अद्यापिही माझे अंग थरारते. एखादा कुशल वैमानिक आपल्याला उंच उंच आकाशात नेऊन परांच्या गाद्याप्रमाणे दिसणाऱ्या पांढऱ्या ढगांवर विश्रांती घ्यायला सांगत आहे असा काहीतरी विचित्र भास होतो त्या स्मृतीने!

हार्डी, हरिभाऊ, शरदचंद्र, टर्जिनीव् किंवा झ्वाइग यांच्या उत्कृष्ट कादंबऱ्या वाचताना मला गुदमरल्यासारखे होते. माझे विचारचक्र जोराने फिरू लागते. पण वयाच्या तिसाव्या वर्षी एका इंग्रजी शाळेचा हेडमास्तर म्हणून लोक आपल्याला ओळखतात याची जाणीव असूनही, मालवणला 'सवती मत्सर' मधले दात्यांचे रामाचे काम पाहून डोळ्यांतले पाणी आवरणे मला कसे अशक्य झाले हे मी अजून विसरलो नाही. कादंबरी कितीही चांगली असली तरी मनुष्य तो एकांतात वाचतो. एका जीवाच्या त्या जगात कल्पना व भावना यांच्या जोडीने त्याची विचारशक्तीही जागृत असते. नाटकगृहात आणि चित्रमंदिरात प्रेक्षकांवर चिकित्सक बुद्धीपेक्षा तरल भावनेचा पगडा अधिक बसतो. तो नकळत तिथल्या गर्दीतला एक घटक होतो. साहजिकच बुद्धीपेक्षा भावनेचे, सौम्यपणापेक्षा भडकपणाचे, प्रसंगी नाट्यापेक्षा नाटकीपणाचे आवाहन त्याला त्वरित मिळू शकते. राजकारणाप्रमाणे दृश्य काव्यातही समाज-मनाचे (Mass Mentality) प्रस्थ अधिक असते असे म्हटले तर ते चुकीचे होणार नाही.

माझी ही मीमांसा बरोबर असेल किंवा नसेल, पण लघुकथा लेखक म्हणून लोकप्रिय झाल्यानंतरही कादंबरीकार होण्याची इच्छा किंवा ईर्षा माझ्या मनात तीव्रतेने निर्माण झाली नव्हती हे मात्र खरे! याचा अर्थ कादंबऱ्या मला आवडत नसत असे मुळीच नाही. हायस्कूलमध्ये असताना दररोज एका पुस्तकाचा फडशा पाडायचा अशा प्रतिज्ञेने मी जे भरमसाट वाचन केले त्यात कादंबऱ्यांचाही भरणा होताच. या

कादंबऱ्यांपैकी काहींनी मला मंत्रमुग्ध करून सोडले होते. अद्‌भुत आणि भयानक रसांनी भरलेल्या रेनॉल्ड्‌सच्या कादंबऱ्यांची दातारांनी केलेली 'कालिकामूर्ती' सारखी रूपांतरे वाचताना दिवसा मला मोठा आनंद वाटे, पण अपरात्री मी एकदम दचकून जागा होई. आपले स्थान सोडून चालायला लागलेला भलामोठा पुतळा किंवा बाहेरच्या शुभ्र चांदण्यात क्षणभर दिसून लगेच गुप्त होणारी आकृती माझ्या मन:पटलावर प्रवेश करी आणि मग पोटात असा भीतीचा गोळा उभा राही–

'दुर्गेशनंदिनी', 'मृणालिनी', 'विषवृक्ष' वगैरे बंकिमचंद्रांच्या कादंबऱ्याही अशाच माझ्या स्मरणात राहिल्या आहेत. मी तेव्हा सहा-सात वर्षांचा असेन नसेन. आमच्या घरी राहायला आलेल्या एका नातेवाईक तरुणीला कादंबऱ्या वाचण्याचा फार नाद होता. तिची माझ्यावर मोठी माया असल्यामुळे ती जी पुस्तके वाचते ती उत्कृष्ट असलीच पाहिजेत असे माझ्या मनाने घेतले. पुढे इंग्रजी शाळेत गेल्यावर मी या साऱ्या कादंबऱ्या मोठ्या हौसेने वाचल्या. त्यातल्या काव्यात्मतेचा माझ्यावर कायमचा संस्कार झाला असे मला वाटते.

हरिभाऊ आपट्यांच्या ठिकाणी या सर्व कादंबरीकारांपेक्षा काही तरी निराळी शक्ती आहे ही जाणीव त्या काळातही मला झाल्यावाचून राहिली नाही. लोकमान्य टिळकांच्या हद्दपारीनंतर देशभक्तीला आवाहन देणारी कुठलीही लहानमोठी गोष्ट आम्हा विद्यार्थ्यांना प्रिय वाटे. त्यामुळे 'उष:काल' आणि 'गड आला पण सिंह गेला' या कादंबऱ्या वाचताना माझे मन किती उत्कंठित आणि प्रज्वलित झाले होते हे अद्यापि मला अंधुकपणे आठवते. 'उष:काल' अर्धवट सोडून निजणे अशक्य झाल्यामुळे रात्रभर जागत बसून मी ती संपविली होती. वाचन हेसुद्धा एक भयंकर व्यसन आहे याचा पहिला अनुभव मी त्या रात्री घेतला. तेव्हा वाचलेली 'रूपनगरची राजकन्या' आता पाहिली की सांगलीतल्या माळावरल्या प्लेगच्या झोपड्या मला दिसू लागतात. त्यातल्या एका झोपडीच्या कोपऱ्यात बसून मी औरंगजेबाच्या महालापर्यंत फिरून आलो होतो. हरिभाऊंचे कथा गुंफण्याचे कौशल्य या कादंबरीत कळसाला पोहोचले आहे याची तेव्हा मला मुळीच कल्पना झाली नाही, पण तिच्यातल्या विविध रसपूर्ण प्रसंगांवर मी बेहद्द खूष होतो.

'पण लक्षात कोण घेतो?', 'जग हे असे आहे', 'भयंकर दिव्य', 'मायेचा बाजार' या कादंबऱ्यांचा बालपणी मी भक्त झालो तो त्यातल्या सामाजिक सुधारणेच्या कैवारामुळे! हरिभाऊंचे कलाचातुर्य, त्यांचे स्वभावदर्शन इत्यादी गोष्टी समजण्याचे ते माझे वय नव्हते पण त्यांचे मोठेपण मात्र मला या नाही त्या रीतीने जाणवत असे. 'पण लक्षात कोण घेतो?' उचलली की आजही मला शाहुपुरीतल्या एका ठेंगण्या घरातले स्वयंपाकघर दिसू लागते. जानकीमामी चुलीपाशी बसल्या आहेत, हाताने त्या काही ना काही करीत आहेत, पण अग्निदेवतेची आराधना करताना त्यांचे सारे

लक्ष मी वाचीत असलेल्या ‘पण लक्षात कोण घेतो?’ मधल्या करुणरसपूर्ण प्रसंगांकडे आहे. लाकडे चांगली पेटली असतानाही धूर कोंडावा त्याप्रमाणे त्यांच्या डोळ्यांत पाणी उभे राहते. हरिभाऊंचे सामर्थ्य किती मोठे आहे याची अर्धवट कल्पना ते अश्रू मला करून देतात.

हरिभाऊंच्या कादंबऱ्या व्यवहारात मला त्याकाळी वारंवार आठवत. कुणी कर्मठ सनातनी दिसला की शंकरमामंजी डोळ्यांपुढे उभा राही. सुटाबुटातला एखादा गप्पीदास पाहिला की डॅडींची आठवण होई. वयाच्या तेराव्या की चौदाव्या वर्षी मी काही परिचित मंडळींबरोबर बैलगाडीतून पंढरपूरला गेलो होतो. त्या प्रवासात एका संध्याकाळी आम्ही मारुतीच्या देवळापाशी मुक्काम ठोकला. रात्री अंथरुणाला पाठ लागल्यावर माझ्या मनात एकसारखे विचार येऊ लागले– ‘उष:काल’ कादंबरीप्रमाणे या पलीकडच्या देवळातल्या मारुतीची मूर्ती दूर करून त्या भुयारात जाणारा एखादा वीर पुरुष याठिकाणी आला तर तो काय करतो हे पाहण्याकरिता त्याच्या मागोमाग जाण्याचा धीर आपल्याला होईल का? या भुयारात उतरण्याचे साहस– अरे बापरे! आणि आपण त्याच्यामागून या भुयारात गेलो तर पुढे कुठे जाऊ?– पहाटे आपल्या बरोबरची मंडळी जागी झाली आणि आपण अंथरुणावर नाही असे त्यांना दिसले म्हणजे ते काय करतील? या परक्या खेडेगावात ते आपला शोध तरी कुठे करणार? परत सांगलीला गेल्यावर आपल्या घरी ते काय सांगतील? आपली आई, आपला धाकटा भाऊ शंकर आणि या दोघांपेक्षाही आपले प्रेमळ आजोबा बाबाकाका यांना किती दु:ख होईल– आपण बेपत्ता झाल्यामुळे आपल्या वर्गसोबत्यांना काय वाटेल? रामभाऊ जोशी, महादेव रेडकर, जंबूअण्णा आरवाडे हे किती तरी दिवस आपली आठवण काढीत राहतील!

१९२९ पर्यंत कादंबरीचे आणि माझे संबंध अशा प्रकारचे होते. मी तिचा दोस्त होतो; पण भक्त नव्हतो. मी लिहू लागल्यावर एखादी कल्पना सुचली की तिची लघुकथा अथवा नाटक कसे होईल हे पाहत बसण्याचा चाळा माझे मन हटकून करीत असे. पण त्या कथाबीजांतून एखादी चांगली कादंबरी कशी फुलविता येईल याचा विचार मी बहुधा कधी केला नाही. त्यामुळे माझ्या पहिल्या कादंबरीच्या निर्मितीला आतल्या उमाळ्यांपेक्षा बाह्य परिस्थितीच अधिक कारणीभूत झाली असे म्हणायला हरकत नाही. माझे मित्र गं. दे. खानोलकर त्यावेळी मंगेशराव कुलकर्ण्यांकडे काम करीत होते. मंगेशरावांची भारत-गौरव ग्रंथमाला तेव्हा महाराष्ट्रात फार लोकप्रिय होती. ‘दैवलीला’, ‘जाईचा मंडप’, ‘प्रणय पंक’ इत्यादी तिच्यातून प्रसिद्ध झालेल्या कादंबऱ्यांनी विद्यार्थीदशेत मला चटका लावला होता. त्यामुळे मंगेशरावांच्या संमतीने खानोलकरांनी मला भारत-गौरव-ग्रंथमालेकरिता एक कादंबरी लिहायला सांगितली तेव्हा मला मोठा आनंद झाला. एखाद्या खेळाडूची क्रिकेट टीममध्ये निवड व्हावी

तसे वाटले मला! आपण चांगली कादंबरी लिहू शकू अशी इतरांची कल्पना आहे हे पाहून माझ्या सूक्ष्म अहंकाराला मोठ्या गुदगुल्या झाल्या पण त्या अहंकाराला म्हणा अथवा खानोलकरांसारख्या स्नेह्याच्या भिडेला म्हणा बळी पडून होकार दिल्यावर मात्र मी बेचैन झालो. हरिश्चंद्राने स्वप्नात राज्यदान केले तसाच काही गफलतीचा प्रकार आपल्या हातून घडला असावा असे मला वाटू लागले. हरिश्चंद्र सत्ययुगातला राजा असल्यामुळे त्याला आपले वचन पाळणे भागच होते. सुदैवाने आपण कलियुगात जन्माला आलो आहोत, स्वप्ने का व कशी पडतात याविषयी फ्रॉइडने आणि आरोग्यशास्त्राने केलेली मीमांसा आपल्याला चित्रगुप्ताच्या तोंडावर सहज फेकून देता येईल, तेव्हा आपण दिलेला शब्द पाळला नाही तरी चालेल असे विचार अधूनमधून माझ्या मनात उसळ्या मारू लागले. 'माणसानं एकदम कुठलंही काम करू नये. अविचार हेच सर्व आपत्तींचं मूळ आहे' हे भारवीचे सुभाषित मी इंग्रजी सहावीत असतानाच पाठ केले होते. पाचवीच्या विद्यार्थ्यांना मी ते मोठी मल्लिनाथी करून अनेकदा शिकविलेही होते, पण त्याचा आता काय उपयोग होता? हातातून बाण तर केव्हाच सुटला होता. जगातल्या अखिल भाषेतल्या सर्व सुभाषितांत 'स्वभावाला औषध नाही' ही एकच उक्ती खरी असावी अशी माझी खात्री होऊन चुकली.

एखाद्या काडीपहिलवानाने जंगी निकाली कुस्तीचे निमंत्रण पत्करावे आणि कुस्तीचा दिवस जवळ येत चालला की त्याबद्दल पस्तावत बसावे, तशी माझी स्थिती झाली. हे दु:ख मला माझ्या बहिणीला किंवा शाळेतल्या सहकाऱ्यांना सांगता येण्याजोगे नव्हते. त्यामुळे माझी अस्वस्थता वाढली. मुक्या माराप्रमाणे मुके मानसिक दु:खही मोठे तापदायक असते. आता कादंबरी लिहिली नाही तर नामुष्की पदरात पडणार, ती लिहावी तर आपली अगाध विद्वत्ता जगजाहीर होणार, अशा पेचात मी सापडलो. या शृंगापत्तीतून आपली सुटका कशी होणार हे काही केल्या मला कळेना! खानोलकरांची निकडीची पत्रे तर येतच होती!

पण दैवाइतका माणसाचा कट्टर शत्रू आणि जिगर दोस्त या जगात कुणीही नसेल! आतापर्यंत त्याने माझे वैर अनेकदा साधले होते. आता त्याला माझा मित्र होण्याची लहर आली. याच वेळी माझे लग्न झाले. या नव्या दोन हातांचा लेखनाच्या दृष्टीने मला विशेष उपयोग होणार होता असा मात्र याचा मुळीच अर्थ नाही. माझ्या लहानपणी नवऱ्याने काही तरी सटरफटर लिहावे व ते बायकोच्या नावावर खपवावे असा प्रघात सर्रास रूढ होता. माझी पत्नी विदुषी असती तर तिला कादंबरी लिहायला लावून मीही त्या गनिमी काव्याचे उलट पद्धतीने अनुकरण केले असते, पण ते शक्य नव्हते. ती बिचारी खेड्यात वाढलेली, गृहकृत्यात कुशल असलेली, र ट फ करता येणारी एक मुलगी होती! नवरसांपेक्षा षड्रसांवर तिचे प्रभुत्व अधिक होते. त्यामुळे कादंबरी लेखनाचा हा भूमिगत

मार्गही मला उपलब्ध होण्याजोगा नव्हता.

मात्र माझ्या पत्नीने घरात पाऊल टाकल्याबरोबर कादंबरी लिहिण्याच्या बाबतीत डळमळू लागलेल्या माझ्या मनाला लेखनाची स्फूर्ती मिळाली. ते झाले असे, लग्न ठरले तेव्हा मी खेडेगावात राहणारा एक दरिद्री शिक्षक आहे हे तिच्या कानावर घालण्याची दक्षता मी घेतली होती खरी, पण आता तिचे उघडे बुचे कान मला पाहवेनात! त्यात चांगल्या कुड्या शोभून दिसतील हे कळण्याइतपत मी कवी होतो, शिवाय 'पति हाच स्त्रीचा अलंकार' आहे असे मोठमोठे पंडित सांगत आले आहेत किंवा वल्कलं नेसलेली शकुंतला दुष्यंताला अधिकच सुंदर दिसली असे कालिदासाने म्हटले आहे अशी काहीतरी पोपटपंची करून ही वेळ निभाऊन नेणे शक्य नव्हते. कारण या कुड्या प्रकरणात माझी बहीण पूर्णपणे बायकोच्या बाजूला होती. दहा पुरुषांचे जन्मभर पटेल, पण दोन बायकांचे घटकाभर जमणार नाही, अशी जी आपली परंपरागत समजूत आहे, तिच्यात सत्यापेक्षा अर्धसत्याचाच भाग अधिक आहे. दागिने, उंची कपडे-लत्ते, सणसमारंभ, मेजवान्या वगैरे गोष्टींत एका घरातल्याच काय पण एका प्रांतातल्या बायकांचेसुद्धा हां हां म्हणता एकमत होऊ शकेल. मग या नियमाला माझेच घर अपवाद असणे कसे शक्य होते? सकाळी फिरायला जाताना आजूबाजूच्या तृणपर्णांवर चमकणारे मोहक दवबिंदु मला पाणीदार मोत्यांसारखे दिसत, पण माझ्यापुढे दत्त म्हणून उभ्या राहिलेल्या या संकटात त्या नैसर्गिक संपत्तीचा काही उपयोग होण्यासारखा नव्हता. शाळेतून दरमहा मिळणाऱ्या तीस-पस्तीत रुपयात प्रपंच खर्चच भागणे जिथे अशक्य होते तिथे त्या पगारातून थोडे थोडे पैसे शिल्लक टाकून या दोन-अडीच रुपयांच्या जबाबदारीतून पार पडण्याचा मी प्रयत्न केला असता तर ते पुढल्या जन्मीच होणे शक्य होते. तेव्हा त्या विचारालाही मला रजा द्यावी लागली. संसाराला मोठमोठ्या कवींनी दिलेली समुद्राची उपमा किती सार्थ आहे हे मला यावेळी पूर्णपणे कळून चुकले. त्यात पडले की मोती पैदा करण्याकरिता माणसाला खोल खोल बुडावंच लागतं!

नवऱ्याच्या नावावर फुकट येणाऱ्या मासिकांच्या संख्येवरून किंवा त्यातल्या काही अंकात छापल्या जाणाऱ्या त्याच्या नावावरून तो चांगला लेखक असला पाहिजे या भ्रमात कुठलीही स्त्री फार दिवस राहणार नाही हे कळण्याइतके ज्ञान पुरुषाला उपजत असते आणि ते नसले तरी लग्न झाल्यावर ते लवकरच येते. पर्यटन, पंडित मैत्री, सभासंचार आणि शास्त्रज्ञानविलोकन ही चातुर्य प्राप्त करून घेण्याची चार साधने एका कवीने नमूद केली आहेत. तो बिचारा ब्रह्मचारी असावा. त्यामुळे या ब्रह्मचारींचे संमेलन एका लग्नात होते हे त्याला ठाऊक नसावे! 'गुलबकावली'पासून 'स्वयंवरा'पर्यंतच्या ललितवाङ्मयात स्त्री ही पुरुषाच्या पराक्रमाला प्रेरणा देते असे मी वाचीत आलो होतो. ते काही अगदी खोटे नसावे असे मला वाटू

लागले. बायकोच्या कुड्यांचे ध्येय पुढे ठेवून मी कादंबरी लेखनाच्या पूर्वतयारीला सुरुवात केली.

कादंबरीचे कथानक मी निश्चित करू लागलो तेव्हा एक निराळीच अडचण माझ्यापुढे दत्त म्हणून उभी राहिली. आपल्याला कादंबरीचे कथानकच जुळविता येणार नाही अशी जी मला पहिल्यांदा धाकधूक वाटत होती ती हां हां म्हणता नाहीशी झाली. उलट माझ्या डोक्याला स्वयंवराच्या मंडपाचे स्वरूप प्राप्त झाले. पंधरा वर्षांपूर्वी कॉलेजात जाताना आगगाडीच्या भाड्यापुरतेसुद्धा पैसे माझ्या खिशात नव्हते. त्या आठवणीपासून पुढच्या सव्वा तपात आयुष्यात घडलेले अनेक हर्षामर्षाचे प्रसंग, असंख्य चित्रविचित्र अनुभव आणि कितीतरी आंबटगोड माणसे माझ्या डोळ्यांपुढे उभी राहू लागली. त्यातले कुठलेही थोडे धागे उचलून ते गुंफण्याचा मी प्रयत्न करू लागलो की एक बरे वाईट कथानक निर्माण होई. तो सांगाडा मला मात्र टाकाऊ वाटत नसे, तसे त्याने माझ्या मनाचे पूर्ण समाधानही होत नसे. अशा अनेक कथानकांची मनामध्ये गर्दी असल्यामुळे मी गोंधळून गेलो. माझ्या पहिल्या कादंबरीला आता वीस वर्षे होत आली, पण हा गोंधळ अजूनही माझ्यामध्ये कायम आहे. त्याचा उगम मनाच्या चंचलतेत आणि कल्पनेच्या स्वैर भ्रमंतीत आहे, माझ्या शेख महंमदी स्वभावात आहे. कुठल्याही गोष्टीला रेखीव स्वरूप द्यायला लागणारी जी एक शास्त्रीय दृष्टी असावी लागते तिच्या माझ्या ठिकाणी असलेल्या अभावात आहे हे माझे मलाच सांगता येणार नाही.

एकाच वेळी मनात चालणारा हा अनेक अर्धवट कथानकांचा गोंधळ मला नेहमी फार त्रासदायक वाटतो. अशा वेळी शेकडो बायकांचा जनानखाना सांभाळणाऱ्या नरवीराकडे मी सहानुभूतीने पाहू लागतो. कथानकांच्या या गर्दीमुळे माझ्या मनाला आगगाडीच्या जंक्शनचे स्वरूप आले होते. साहजिकच माझे लेखन तिथे अडून राहते. एकाच कथानकाचे अख्ख्या दिवस अष्टौप्रहर चिंतन केल्यामुळे त्याला जो कलात्मक आकार येण्याची शक्यता असते, त्याच्याकडेही या गडबडीत माझे दुर्लक्ष होते. घरी पुष्कळसे पाहुणे डेरादांडी देऊन बसले म्हणजे यजमानाला वेळी जेवायला मिळायची-देखील मारामार होते ना? तसाच काहीसा प्रकार एकाच वेळी अनेक कथानके मनात घोळविल्यामुळे घडतो. असली कल्पनेची स्वैर क्रीडा करमणूक या नात्याने ठीक असते, पण कुठल्याही कल्पनेने नुसती स्वत:ची करमणूक करून घेऊन लेखकाचे काम संपत नाही. उलट ते तिथेच सुरू होते.

त्यावेळी मनात घोळणाऱ्या कथानकांपैकी कादंबरीकरिता कुठले निश्चित करावे याचा निर्णय कधी काळी मी करू शकलो असतो की नाही याची वानवाच आहे, पण इथेही दैव माझ्या मदतीला धावून आले. एके दिवशी संध्याकाळी माझे एक स्नेही माझ्याकडे आले. आम्ही दोघे टेकडीवर फिरायला गेलो. तिथे जाऊन बसल्यावर

त्यांनी मोठ्या सद्गदित स्वराने आपल्या एका नातेवाईक मुलीची कहाणी मला सांगायला सुरुवात केली. गृहस्थाला स्वत:ला मूळबाळ नव्हते. त्यामुळे त्या मुलीवर त्याचे पितृवत प्रेम होते. मुलगीही बुद्धिवान आणि समंजस होती. मी तिला पाहिली होती. तिच्याशी बोललो होतो; पण एका नालायक नवऱ्याशी लग्न झाल्यामुळे तिचे सारे आयुष्य काळवंडून गेले होते. एखादी कळी फुलू लागावी, तिच्या अर्धस्फुट सुगंधाने भोवतालचे जग मोहित व्हावे आणि ती फुलते न फुलते तोच एखाद्या वेड्याने ती तोडून तिचा चोळामोळा करून टाकावा असा काही तरी भास ती कहाणी ऐकताना मला एकसारखा होत होता. त्याचदिवशी त्या मुलीचे त्या गृहस्थांना पत्र आले असावे. त्या पत्रातल्या हकिगतीने बेचैन होऊन पुढे काय करावे म्हणून ते माझा सल्ला विचारण्याकरिता आले होते. तिच्या मुक्ततेचा कोणता मार्ग मी त्यांना सुचविला हे आता मला आठवत नाही पण त्यादिवशी रात्री घरी परत आल्यावर मी कुणाशी काही बोललो नाही. नीट जेवलोही नाही. 'बरं वाटत नाही कारे तुला' असे काहीतरी आक्कानी विचारले तेव्हा सुद्धा उडवाउडवीचे उत्तर देऊन मी स्वत:शीच विचार करीत राहिलो. मी अंथरुणावर जाऊन पडलो तेव्हा मला जणू काही कुसे बोचू लागली. ती सारी रात्र मी तळमळत काढली. कितीतरी वेळा मी मधेच उठून बसलो. एक-दोनदा बाहेर जाऊन शीतल वायुलहरी आणि देवळाच्या गाभाऱ्यात तेवणाऱ्या नंदादीपाप्रमाणे निरभ्र आकाशात चमकणाऱ्या चांदण्या यांच्या सहवासात तरी मन शांत होते किंवा काय हे पाहिले पण त्याला कुठल्यातरी अज्ञात इंगळ्या डसल्या होत्या. अधूनमधून ती दुर्दैवी मुलगी क्षण-अर्धा-क्षण माझ्या डोळ्यांपुढे उभी राही. मग विचारांची, भावनेची आणि कल्पनेची सारी चक्रे वेगाने गरगर फिरू लागत. तिच्या दुर्दैवी जीवनाशी साम्य असलेले माझ्या मनातले एक कथानक त्या चक्राच्या पट्ट्यावरून क्षणाक्षणाला खालीवर होत होते. प्रसंग आणि पात्रे यांची पळापळाला मोडतोड चालली होती. संभाषणे सुचत होती. आता उत्कृष्ट वाटलेली एक कल्पना दुसऱ्या क्षणी निकृष्ट ठरत होती. एखादी भट्टी पेटावी तशी लेखकाच्या मनाची काहीवेळा अवस्था होते हे लघुकथा लिहिताना मी अनुभवले होते. तोच अनुभव त्या रात्री मला फार मोठ्या प्रमाणात आला. कवी, वेडा आणि प्रेमिक यांना एका माळेत गोवणारा शेक्सपिअर फार शहाणा मनुष्य होता हे मला त्या रात्री पूर्णपणे कळून चुकले.

त्या रात्री ते वादळ माझ्या मनात झाले आणि पुढल्या दोन चार दिवसांत मी कादंबरी लिहायला सुरुवात सुद्धा केली. माझा बहुतेक वेळ शाळेच्या बहुविध व्यापात जात असल्यामुळे पहिली काही पाने लिहिल्यावर मी जो थांबलो तो थांबलोच! अर्ध्या वाटेत बसकण घेणारे गाडीचे बैल मी पाहिले होते. आपली प्रतिभाही त्याच जातीची आहे असे वाटून मी पुन्हा निराश होऊ लागलो, पण कादंबरीलेखनाला पडलेला तो खंड आपल्या विशिष्ट स्वभावाचा द्योतक आहे हे

लवकरच माझ्या लक्षात आले. दररोज पन्नास पाने नियमितपणे वाचून पाचशे पानांची कादंबरी दहा दिवसांत संपविणारे लोक मला आवडत नाहीत. त्यांच्या रसिकतेत काहीतरी वैगुण्य आहे असे मला वाटते. मुद्दाम विकत घेतलेले पुस्तकसुद्धा माझ्या कपाटात महिनेच्या महिने तसेच पडलेले असते. कुठलीही ललित कृती अखंड वाचण्यात अगदी वेगळा आणि विलक्षण आनंद असतो असा माझा अनुभव आहे. जागरण नको म्हणून आठ आठ दिवसांनी नाटकाचा एक एक अंक पाहणाऱ्या प्रेक्षकाची रसिकता आणि इब्सेन-गॉल्स-वर्दीची नाटके किंवा टॉलस्टॉय-शेलोकॉव्ह यांच्या कादंबऱ्या हप्त्याहप्त्यांनी वाचणाऱ्याचे वाङ्मयप्रेम यात मला तरी फारसे अंतर दिसत नाही. कलाकृती ही एखाद्या नदीसारखी असते. तिच्या ओघाबरोबर वाहत जाण्यात– अगदी उगमापासून मुखापर्यंत– सौंदर्याचा व जीवनाचा जो सखोल आणि विशाल साक्षात्कार होतो तो त्यांच्यात स्नान करणाऱ्यांना अथवा नौकाविहार करणाऱ्यांना होणे शक्य नाही!

लेखन आणि वाचन ही जुळी भावंडे आहेत. साहजिकच माझ्या वाचनविषयक सर्व सवयी लेखनातही उतरल्या आहेत. अखंड बैठक घालता आली तरच मी वेगाने व प्रसन्न मनाने लिहू शकतो. तशी बैठक 'हृदयाची हाक'च्यावेळी प्रथम जमली नाही पण पुढे ती जमली तेव्हा शेवटची दीडशे पावणेदोनशे पाने एकाच पंधरवड्यात मी लिहून काढली.

या कादंबरीतले दोष आता मला फार तीव्रतेने जाणवतात, पण दोन गोष्टींमुळे ती मला आवडते– पहिली, तिच्यामुळे माझ्यासारखा दरिद्री शिक्षक बायकोची कुड्यांची हौस भागवू शकला. दुसरी, मी ती माझ्या वडिलांना अर्पण केली आहे. मी तेरा वर्षांचा असताना ते वारले. चार वर्षे अर्धांगवायूने अंथरुणाला खिळून होते ते! त्यांची सेवाशुश्रूषा करण्यात मी कधीही कुचराई केली नाही पण मी मोठा होईपर्यंत ते या जगात राहिले नाहीत. ज्या हट्टी, तापट, चंचल आणि अवखळ भाऊवर त्यांची विलक्षण माया होती त्याला मोठेपणी त्यांच्यावरले प्रेम व्यक्त करण्याकरिता पुस्तकाच्या अर्पण पत्रिकेखेरीज दुसरा मार्गच उरला नाही.

ही कादंबरी फार सदोष आहे हे ठाऊक असूनही मी घाईघाईने तीच त्यांना अर्पण केली. कारण ती लिहून हातावेगळी होताच कादंबरी-लेखन हे येरागबाळाचे काम नव्हे, आपली पहिली कादंबरी हीच आपली शेवटची कादंबरी ठरणार, अशी माझी खात्री होऊन चुकली.

❖

पहिलं पाऊल : रूपककथा

सौंदर्य आणि सामर्थ्याचा संगम

गिब्रानचे 'Madman' हे पुस्तक मी १९३८ साली वाचले. रूपककथा लिहायला लागायच्या आधी ते माझ्या हातात पडले असते, तर माझ्या कथांना कदाचित निराळेच वळण मिळाले असते, पण 'सागरा, अगस्ति आला' ही माझी पहिली रूपककथा मी १९३१ साली लिहिली. १९३० मध्ये गांधीजींनी कायदेभंगाची मोहीम सुरू केली आणि तिच्या लाटा दक्षिण कोकणच्या कोपऱ्यात असलेल्या शिरोड्याच्या मिठागरापर्यंत येऊन थाडथाड आपटू लागल्या. त्या लाटांचे ध्वनी-प्रतिध्वनी माझ्या कानात घुमावेत, हे स्वाभाविकच होते. 'दोन टोके' या गोष्टीत आणि 'उल्के'त मी त्या वेळच्या अनुभवाचा उपयोग केलाच आहे, पण केवळ सामाजिक कथांच्या रूपाने त्या क्षुब्ध काळातली भव्यता आणि रम्यता व्यक्त करता येईल, असे मला वाटेना. कविता करायचा नाद जवळजवळ सुटला असूनही त्या वादळी वर्षात 'सहगमन' ही कविता जशी मला सुचली, तशी एके दिवशी संध्याकाळी समुद्रावरून फिरून आल्यावर अस्वस्थ मनाचा एक चाळा म्हणून 'सागरा, अगस्ति आला' ही रूपककथा मी भराभर लिहून काढली.

त्यावेळेपर्यंतच्या माझ्या गोष्टीपेक्षा ही कथा अगदीच निराळ्या पद्धतीची होती. पण ती वाचकांना आवडली. तथापि, रूपककथांच्या लेखनाकडे हौसेने लक्ष द्यावे, असे काही मला त्यावेळी वाटले नाही. 'यशवंत' व 'रत्नाकर' यांच्याकरता मी त्यावेळी नेहमी गोष्टी लिहीत असे. पण 'सागरा, अगस्ति आला' ही कथा लिहून झाल्यानंतर पुढच्या सबंध वर्षात माझी एक सुद्धा रूपककथा प्रकाशित झाली नाही.

१९३२ सालचा जून महिना होता तो. मी नेहमीप्रमाणे मळ्यातून शाळेकडे जात होतो. शेतकऱ्यांनी आपआपले छोटे कुणगे नांगरून नुकतेच भात पेरले होते.

एका कुणग्यात खूप कबुतरे मोठ्या मजेत बसलेली दिसली. मी थांबलो आणि त्यांच्या डौलदार हालचाली तन्मयतेने पाहू लागलो. थोड्या वेळाने माझ्या लक्षात आले– बी म्हणून शेतकऱ्यांनी पेरलेल्या भाताचा ही कबुतरे फन्ना उडवीत होती! मला वाटले, माझ्या जागी या कुणग्यात शेती करणारा मनुष्य असता, तर कबुतरांचा दुधासारखा पांढरा शुभ्र रंग अवलोकन करण्यात किंवा नर्तिकेप्रमाणे मनोहर दिसणाऱ्या त्यांच्या आकर्षक हालचाली पाहण्यात तो तन्मय होऊन गेला असता का? छे! त्याने एकदम आरडाओरडा करून त्या पाखरांना कुणग्यातून हुसकून लावले असते!

'सुंदर चित्र' या कथेचा जन्म असा झाला. त्याच वेळी 'दोन ध्रुव' कादंबरीचे कथानक माझ्या मनात घोळू लागले होते. तिच्यात या किंवा अशाच प्रकारच्या छोट्या कथांचा तत्त्वप्रतिपादनाला किंवा स्वभावदर्शनाला उपयोग करून घेता येईल, अशी कल्पनाही माझ्या मनात येऊन गेली.

पण 'सुंदर चित्र' लिहिल्यानंतरसुद्धा मी चटकन रूपककथेकडे वळलो नाही. चार-पाच महिने असेच गेले. 'यशवंत'करता नेहमीप्रमाणे मला एक गोष्ट लिहायची होती. स्वार्थामुळे मनुष्य कसा अंध होतो व परार्थाची हानी करता-करता तो स्वार्थच कसा गमावून बसतो, हे त्या सामाजिक गोष्टीत मी दाखविणार होतो. कथाविषयाचा प्रस्ताव एका स्वप्नाने करायचे मी ठरविले पण ते स्वप्न कुठले असावे, हे मात्र मला सुचेना. त्यादिवशी रात्री अंगणात शतपावली करता करता मी त्या स्वप्नाचा विचार करीत होतो. चांदण्यांचे दिवस होते. मधूनच स्वच्छ चांदणे पडे. जणू काही चंद्र आनंदाने हसत होता! मधूनच ते एकदम अंधूक होई. लहान मुले हसता हसता रडतात ना? तसा भास होई तेव्हा. मी चंद्राचा तो अभिनय पाहण्यात रंगून गेलो. एकदम माझ्या तंद्रीचा भंग झाला. कुठे तरी एक पाखरू मोठ्या कर्कश स्वराने ओरडले होते. त्या पाखराचे नाव मला ठाऊक नव्हते, पण चंद्राकडे पाहत असल्यामुळे, की काय, मला एकदम संस्कृत काव्यात वाचलेल्या चकोराची आठवण झाली. मनात आले, चकोर नावाचा पक्षी जर खरोखर आता इथं अस्तित्वात असता, तर चंद्राला झाकून टाकणाऱ्या काळा ढगांवर आताच्या पाखरापेक्षाही अधिक कर्कश स्वराने तो ओरडला असता!

कळीप्रमाणे कल्पनाही फुलायला लागली, म्हणजे हां हां म्हणता फुलते. लगेच माझ्या मनात आले, चकोराला हा ढग नको असेल! पण चकोराप्रमाणे संस्कृत कवींचा आवडता असलेला चातकही यावेळी इथं असता, तर त्याला हे दृश्य पाहून काय वाटले असते? त्याने त्याच ढगाचे मोठ्या आनंदाने स्वागत केले असते! नाही?

'चकोर व चातक' ही रूपककथा अशा रीतीने निर्माण झाली. एका सामाजिक

गोष्टीतले सूचक स्वप्न म्हणून मी तिचा प्रथम उपयोग केला, पण ती गोष्ट प्रकाशित झाल्यावर मला आरंभीचे स्वप्नच पुढील भागापेक्षा अधिक परिणामकारक वाटले. त्यावेळी हिंदुमहासभा आणि मुस्लिम लीग यांची आजच्यासारखी घनचक्कर नव्हती किंवा जग अधिक सुखी व्हावे, म्हणून गर्जना करीत मोठमोठ्या राष्ट्रांनी सुरू केलेले आजचे अक्राळ विक्राळ महायुद्धही नव्हते! पण 'चकोर व चातक' ही गोष्ट लिहिताना जी दृश्यं माझ्या डोळ्यापुढं नव्हती, त्यांची चित्रं ती गोष्ट आज पुन्हा वाचताना मला दिसू लागतात. त्या गोष्टीचा आत्मा एवढाच आहे :

एक पक्षी कृष्णमेघाकडे उत्कंठेने पाहत ओरडत होता! अगदी स्पष्ट शब्द ऐकू आले,

'ये, ये, मेघमाले, ये!'

इतक्यात दुसऱ्या दिशेने शब्द आले,

'चूप बैस, चातका! ये, ये, चंद्रिके, ये!'

'अरे, जा, रे चकोऱ्या– ये, ये, मेघमाले ये!' पहिला पक्षी ओरडला.

निर्दय नजरेने एकमेकांकडे पाहत ते दोन पक्षी पुन:पुन्हा ओरडू लागले:

'ये, ये, मेघमाले, ये!'

'ये, ये, चंद्रिके, ये!'

कंठ सुकेपर्यंत ते ओरडले; पण जलबिंदू आणि चांदणे ही दोन्ही आकाशातच राहिली.

भांडता भांडता ते एकमेकांवर तुटून पडले. डोळ्यांचे पाते लवते, न लवते, तोच दोघांच्याही अंगातून रक्त वाहू लागले.

आणि शेवटी–

त्या दोन पक्ष्यांच्या प्रेतांवरील जलबिंदूंवर चांदणे चमकू लागले!

चिमुकल्या रूपककथेतसुद्धा सौंदर्य व सामर्थ्य यांचा संगम साधणे अशक्य नाही, याची 'चकोर आणि चातक' लिहिल्यावर मला पूर्णपणे कल्पना आली. तेव्हापासून आतापर्यंत मी जवळ जवळ चाळीस रूपककथा लिहिल्या असतील. निरनिराळ्या दृष्टीने वाचनीय वाटणाऱ्या त्यातल्या काही कथांचा हा संग्रह रसिकांना मी आज सादर करीत आहे. या साऱ्याच कथा अगदी माझ्या मनासारख्या उतरल्या आहेत, असे नाही. मूळ कल्पना आकर्षक असली, तरी तिचे सुंदर रूपककथेत रूपांतर करणे हे काम सकृतदर्शनी दिसते, तितके सोपे नाही. हस्तिदंताचा छोटा ताजमहाल करायला काही कमी कौशल्य लागते का? नाट्यछटा, व्यक्तिचित्र, लघुनिबंध यांच्यासारखाच रूपककथा हा आकाराने लहान, पण रंगत साधायला अवघड असा वाङ्मयप्रकार आहे. नाटक-नाटिकांच्या जोडीने नाट्यछटा, लहान-मोठ्या चरित्रांच्या बरोबरीने व्यक्तिचित्रे आणि पांडित्यपूर्ण प्रबंध-निबंधाच्या खांद्याला

खांदा लावून लघुनिबंध साहित्याच्या सौंदर्यात आणि सामर्थ्यात आज भर घालीत आहेत! कथाक्षेत्रात गोष्टी आणि लघुकथा यांच्याप्रमाणे रूपककथाही अशाच चमकतील.

शिवाय रूपककथांच्या निर्मितीला पारतंत्र्यातले आणि संक्रमणकालातले आपले सध्याचे जीवनही पोषक आहे. पुराणातले समुद्रमंथन काल्पनिक असेल, पण त्या मंथनाने अमृतापासून हलाहलापर्यंत अनेक बऱ्यावाईट वस्तू निघण्याइतका समुद्र जसा ढवळून काढला, त्याप्रमाणे सामाजिक व्यवहार काय किंवा व्यक्तीचे मन काय, आजच्या महायुद्धामुळे तळापासून ढवळून निघत आहे!

जळत्या जहाजावरल्या एका कप्तानाचे केस एका रात्रीत पांढरे झाल्याची गोष्ट अनेकांनी वाचली असेल. चालू महायुद्धाने जगाला जळत्या जहाजाचे भयाण स्वरूप आणले असल्यामुळे आजच्या मानवतेचीही तीच स्थिती झाली आहे. ज्या आकाशातून फक्त जीवन देणारा पर्जन्य वाहायचा, तिथून आज बॉंबगोळ्यांची वृष्टी होत आहे. ज्यांनी भाऊ भाऊ म्हणून मिठ्या मारायच्या, ते आज एकमेकांचे गळे कापत आहेत. ज्या बुद्धीचा मानवतेचे मंगल मंदिर बांधण्यात उपयोग व्हायचा, ती आज अस्तित्वात असलेल्या जुन्यापुराण्या अर्धवट मंदिराला सुरुंग लावण्यात दंग होऊन गेली आहे!

'मरण हा प्राणिमात्राचा स्वभावधर्म आहे' हे अजराजाच्या सांत्वनाकरता कालिदासाने कल्पिलेले उद्‍गार आजच्या जगात, अगदी आपल्या देशातसुद्धा अक्षरश: खरे ठरत आहेत. एक वर्तमानपत्र उघडावे, तर सहा दिवसांत अन्नाचा कण पोटात न गेल्यामुळे मरणोन्मुख झालेल्या बाईचे चित्र दृष्टीला पडते. दुसरे उघडून पाहावे, तर उपाशी पोरांची तडफड पाहवेना, म्हणून त्यांच्यासकट विहिरीत उडी घेणाऱ्या आईची बातमी वाचायला मिळते! 'सुजला सुफला' म्हणून जगात गाजलेल्या या भारतभूमीत आज कोट्यवधी लोक दुपारची वेळ कशी निभवावी, याचा विचार करता करता हतबुद्ध होऊन जात आहेत. ब्रह्मर्षिपदाला पोचलेल्या विश्वामित्राने एका दुष्काळात चांभाराच्या घरात चोरून प्रवेश करून मरून पडलेल्या कुत्र्याची तंगडी खाल्ली, ही कथा केवळ कविकल्पना नाही, असे वाटण्याजोगी परिस्थिती उत्पन्न होत आहे. या साऱ्या दु:खाचे आणि त्याला नाहक बळी पडाव्या लागणाऱ्या निष्पाप सामान्य मनुष्याच्या मुक्या यातनांचे वर्णन करणाऱ्या रूपककथा इतर गोष्टींपेक्षा काय कमी लोकप्रिय होतील?

आपल्या राजकीय जीवनाइतकेच सामाजिक जीवनही अनेक समस्यांनी आणि कूटप्रश्नांनी भरले आहे. मोठमोठी सुशिक्षित माणसे 'जातिभेद नको, जातिभेद नको' म्हणून आक्रोश करीत असतानाही नकळत अंध जातिप्रेमाला बळी पडत आहेत. सुखासीनपणाने समाजवादाच्या गप्पा मारणारे मध्यमवर्गातले लोक खालच्या वर्गाच्या लोकांकडून मोलाने काम करून घेताना आपले तत्त्वज्ञान अगदी सोईस्करपणाने विसरत आहेत. शिकलेसवरलेले स्त्रीपुरुष अडाणी माणसांच्याप्रमाणे शेजाऱ्यापाजाऱ्यांचे

निंदक होण्यात दंग होत आहेत. हुशार कलाकार कलेच्या उपासनेत रमून जाण्याऐवजी अहंकाराच्या कैफातच गुंग होऊन पडत आहेत. एक ना दोन, असली हजारो शल्ये आजच्या समाजपुरुषाच्या अंतरंगात सलत आहेत. त्यांच्यावर लिहिलेल्या रूपककथा लोकांना आवडणार नाहीत, असे कोण म्हणेल?

–आणि व्यक्तीजीवनातली व व्यक्तीच्या मनातली विचित्र गुंतागुंत चित्रित करण्याच्या कामी तर लेखकाला रूपककथा हे अप्रतिम साधन वाटेल. उदाहरणार्थ, यांत्रिक पद्धतीने जीवन कंठायचा मनुष्याला किती कंटाळा येतो आणि आपल्या प्रिय माणसाच्या सहवासासाठी तो किती आसुसलेला असतो, हे सूचित करणारी ही एक अगदी छोटी रूपककथा पाहा :

'साऱ्या राजवाड्यात धावपळ सुरू झाली. छोटे युवराज रडू लागले होते.

दाईने सोन्याचा खुळखुळा पुन:पुन्हा वाजविला.

हुजऱ्याने पाळण्याच्या वर टांगलेल्या सुंदर सुंदर चिमण्या भुर्रकन उडविल्या.

पण युवराजांचे रडे काही केल्या थांबेना!

कुणी तरी म्हणाले,

'लहान मुलांना गाणं फार आवडतं!'

लगेच ग्रामोफोन गाऊ लागला. पोवाडे, भजने, लावण्या- साऱ्यांचा उद्धार झाला!

पण युवराजांचे रडे काही केल्या थांबेना.

कुणाला तरी शंका आली– युवराज पुढे मोठेपणी विलायतेला शिक्षणाकरिता जाणार! तेव्हा त्यांना हिंदुस्थानी संगीत न आवडणे स्वाभाविकच आहे. धावत जाऊन त्याने रेडिओ सुरू केला. इंग्लिश गाण्याचे सूर पाळण्याभोवती घुमू लागले.

सर्वांच्या मुद्रा सचिंत झाल्या. काय करावे, हे कुणालाच सुचेना.

पलीकडल्या महालात राणी गाढ झोपली होती. आपल्या बाळाचा आक्रोश ऐकून ती दचकून जागी झाली. धावत येऊन पाळण्यातून तिने त्याला झटकन् उचलले, त्याचे पटापट पापे घेतले आणि त्याला पोटाशी धरून ती एक गाणे म्हणू लागली.

ना सूर, ना ताल, ना अर्थ, असे होते ते गाणे! ग्रामोफोन व रेडिओ यांच्या गोड सुरांपुढे ते वेडेवाकडे गाणे कुणालाच ऐकवेना.

युवराज मात्र हसत हसत आईच्या गळ्यातल्या मंगळसूत्राशी खेळू लागला!'

रूपककथा आकाराने लहान असते आणि तिची परिणामकारकता अनेकदा सुंदर शेवट साधल्यामुळे उत्पन्न होते, हे खरे असले, तरी लघुतमकथा या नावाने रूढ होणारी छोटी गोष्ट आणि रूपककथा हे कथाप्रकार स्वभावत:च भिन्न आहेत. विस्मयजनक शेवट हा लघुतमकथेचा अत्यंत महत्त्वाचा भाग आहे. अनेकदा ही

चमत्कृती म्हणजे नुसती बौद्धिक कसरत असते! पण केवळ बुद्धीच्या कसरतीने किंवा कल्पक कलाटणीमुळे रूपककथा रंगदार होऊ शकत नाही. लघुतमकथा विनोदी गोष्टीप्रमाणे नुसती रंजक असली, म्हणून बिघडत नाही. रूपककथेत मात्र रंजकतेइतकेच विचार आणि भावना यांचे उद्बोधनही आवश्यक आहे. थोड्या, परंतु लयबद्ध शब्दांनी वातावरण उत्पन्न करायचे, वेचक पण चमत्कृतिजनक अशा कल्पनांनी सौंदर्य खुलवायचे आणि ते साधीत असतानाच विचार आणि भावना यांना आवाहन करून खऱ्याखुऱ्या जीवनाचा व जीवनमूल्यांचा साक्षात्कार आपल्या वाचकाला उत्कटतेने घडवून आणायचा, या रूपककथेच्या कार्याचे काव्याशीच फार साम्य आहे. यशवंतांची 'शृंखलेस' किंवा कुसुमाग्रजांची 'अहिनकुल' या कविता रूपककथांच्या वेषातसुद्धा अत्यंत प्रभावी वाटतील, याचे कारण हेच आहे. महाराष्ट्रातल्या प्रतिभासंपन्न कवींनी हे क्षेत्र आपले आहे, याची जाणीव ठेवून या क्षेत्रात पदार्पण केले, तर काव्य, कला आणि प्रचार या तिन्ही दृष्टींनी मराठी साहित्य नि:संशय समृद्ध होईल.

❖

पहिलं पाऊल : पटकथा लेखन

सामाजिक समस्या निरक्षरांपर्यंत पोहोचवण्याचं साधन

१

मी पुण्याला १९१४, १५ व १६ ही तीन वर्षे होतो. त्यावेळी काही विद्यार्थ्यांना इंग्रजी मूकपट पाहण्याचा छंद होता, पण मराठीतील अगदी सामान्य नाटकसुद्धा अधाशीपणाने पाहणाऱ्या माझ्या मनाला या मूकपटाविषयी कसलेही आकर्षण उत्पन्न झाले नव्हते. पुढे मी कोकणात गेलो. शिरोड्याला मूकपट काय, पण साधे नाटकही पाहायला मिळणे अशक्य होते. क्वचित दशावतारी नाटक पाहिलं ते कुतूहलाने. १९२९ ते ३० या काळात पुण्यामुंबईकडे माझे येणे घडे ते बहुधा मेच्या सुट्टीत, पण अशा वेळीही मी हौसेने थोडी जरी होईना मराठी नाटके पाही पण बोलपटलाचे युग सुरू झाल्यानंतर एखादा बोलपट मी एकट्याने मुद्दाम पाहिला आहे असे आठवत नाही. माझा चित्रपटाशी संबंध येण्याच्या आधी मी पाहिलेले बोलपट म्हणजे 'सिंहगड', 'कृष्णार्जुनयुद्ध', 'विलासी ईश्वर' असे काही. अशा बोलपटांना गेलो तो मित्रमंडळींच्या बरोबर, स्वतःची आवड म्हणून नव्हे. चार साहित्यिक भेटत असले तरी टीका-टिप्पणे हा साहित्यिकाचा जन्मस्वभाव असल्यामुळे आमची तोंडे तिथेही बंद नसत. १९३५ साली मुंबईच्या मराठी उपनगरी मराठी साहित्य संमेलनाचा मी अध्यक्ष होतो. संमेलन संपताच माझे मित्र कै. खंडेराव दौडकर यांनी मला त्यांच्याबरोबर आग्रहाने ओढून नेले. मिनर्व्हा थेटरात 'देवदास' पाहिला ही आठवण पक्की आहे. मला खरे बेचैन केले ते त्या बोलपटाने. तो माझ्या

स्मृतिपटलावर कोरला गेल्यासारखा झाला. शरच्चंद्रांचे नाव त्यावेळी मला परिचित होते, पण 'देवदास' ही त्यांची कादंबरी त्यावेळी मराठीत अनुवादित झाली नव्हती. माझ्या मनावर झालेला 'देवदास'चा परिणाम या प्रभावी कथेचा होता. दिग्दर्शक, छायाचित्रकार वगैरे तंत्रज्ञांच्या कौशल्याचा होता, किंवा सर्वांचा मिळून होता, याचा विचार त्यावेळी मी केला नाही.

२

१९३५ च्या सप्टेंबरच्या सुमाराला माझे मामेभाऊ सांगलीचे श्री. बाबूराव माईणकर यांचा मला असा निरोप आला की, श्री. बाबूराव पेंढारकर व विनायक कर्नाटकी यांना बोलपटाकरिता तुझी कथा घ्यायची आहे. तेव्हा पुण्या-मुंबईच्या बाजूला येताना कोल्हापूरला जाऊन त्यांना भेटणे. श्री. बाबूराव यांचा मुलगा श्री. मनोहर माईणकर यांची भूमिका त्यावेळी कोल्हापूर सिनेमामध्ये तयार झालेल्या 'विलासी ईश्वर' या बोलपटात होती. त्यामुळे त्यांचा संबंध विनायकराव व बाबूराव यांच्याशी आला होता. हा निरोप पोहोचला तरी आपल्याला बोलपटाची कथा लिहिणं जमणार नाही या समजुतीनं मी तो मनावर घेतला नाही. १९३१ साली फुरसे चावल्यामुळे माझ्या प्रकृतीत अनेक विकृती निर्माण झाल्या होत्या. त्यांच्यावर उपचार करून घेण्याकरिता मी अधूनमधून पुण्याला माझे मावसबंधू कै. डॉ. रा. ह. भडकमकर यांच्याकडे जात असे. त्यामुळे कोल्हापूरला जाऊन बाबूराव व विनायकराव यांना भेटणे मला कठीण नव्हते, पण आत्मविश्वासाचा संपूर्ण अभाव हा माझा स्वभावदोष त्याच्याआड आला. वाङ्मयाच्या प्रत्येक विभागात फिरताना मी धडधडत्या छातीने व कासवाच्या पावलांनी त्यात प्रवेश केला आहे. त्यामुळे माझ्या मामेबंधूंचा दुसरा निरोप मला मिळाला तरी मी काही हालचाल केली नाही.

अशा स्थितीत एके दिवशी १९३५ च्या अखेरीस श्री. बाबूराव पेंढारकर डॉ. भडकमकरांच्या निवासस्थानी मला भेटायला आले. तासाभराच्या मनमोकळ्या बोलण्यात मी त्यांच्यासाठी बोलपट कथा लिहायचे कबूल केले. ते 'हंस पिक्चर्स' नावाची नवी कंपनी काढीत आहेत हे त्यावेळीच मला समजले. बाबूरावांच्या बोलण्यात आचार्य अत्रे यांच्याकडे आपण गेलो होतो असा उल्लेख आला नाही. उलट 'छाया'चे कथानक चित्रीकरणाच्या मार्गाला लागल्यावर हंसकरिता दुसरी कथा मीच लिहावी असा त्यांनी दोन-चारदा मला आग्रह केला. पण 'छाया' पडद्यावर येऊन त्या बोलपटाचे स्वागत कसे होते हे पाहिल्याखेरीज दुसऱ्या कथेचा विचार

करायचा नाही असे मी माझ्या स्वभावानुसार ठरविले होते.

आचार्य अत्रे त्यावेळी 'उद्याचा संसार' लिहिण्यात गढून गेले आहेत हे मला ठाऊक होते. त्यामुळे माझी व त्यांची गाठभेट त्या काळात पडली नाही. त्याचप्रमाणे माझ्या आठवणीप्रमाणे विनायकराव मला प्रथम भेटले नाहीत. ३१ डिसेंबर १९३५ रोजी (ही वर्षाची शेवटची तारीख असल्यामुळे माझ्या लक्षात राहिली आहे.) बाबूराव मला भेटले. मी हंसचे पहिले चित्र लिहायचे ठरले. एक दोन दिवसांतच बाबूरावांना पत्र पाठवून कोकणच्या पार्श्वभूमीवरील कथा चालेल का असे मी विचारले. उलट टपाली त्यांचे उत्तर आले, अशा चित्राला खर्च अधिक येईल. तो करण्याची कुवत कंपनीच्या अंगी सध्या नाही. 'अमृत' या नावाने पुढे निघालेल्या बोलपटाची कथा कादंबरीच्या माध्यमातून मांडण्याची कल्पना ३४/३५ साली माझ्या मनात सारखी घोळत होती. म्हणून बाबूरावांना मी त्या कथेविषयी लिहिले होते. ही कथा कंपनीला सद्य:स्थितीत परवडणार नाही हे कळताच मी माझ्या मनात फुलत असलेली कथाबीजे शोधू लागलो. त्यात 'छाया'चे कथानक मला चित्रपटाच्या दृष्टीने अधिक चांगले वाटले आणि चित्रपटाचे तंत्र बिंत्र मला काही ठाऊक नाही असे मी बाबूरावांना सांगितले असल्यामुळे कथा-लेखनाच्या कामी मला तांत्रिक साहाय्य करण्याकरिता विनायकराव, संकलक श्री. जुन्नरकर पुण्याला येऊन राहिले. दररोज दुपारी ११ ते ५ पर्यंत डॉ. भडकमकर ज्या बंगल्यात राहत होते त्याच्या तिसऱ्या मजल्यावरील बाजूच्या खोलीत आमची बैठक चाले. रोज रात्री पुढल्या भागाचे चिंतन करायचे. सकाळी तो लिहून काढायचा व दुपारी विनायकराव-जुन्नरकर यांच्या मदतीने त्यात जरूर ते फेरबदल करायचे असा आमचा क्रम होता. जवळजवळ तीन आठवड्यांत 'छाया'चे लेखन संपले.

३

विनायकराव भेटल्यानंतर दोन-तीन दिवसांतच ते एक साहित्यप्रेमी, बुद्धिवान, सामाजिक सुखदु:खाची आस्था असणारे आणि चटकन भावविवश होणारे कलावंत आहेत, याची जाणीव मला झाली. पुढे 'छाया'च्या लेखनात अनुभवही तसाच आला. तुरुंगात कला प्रकाशला भेटायला जाते ते दृश्य लिहिताना माझे मन व्यथित झाले तरी डोळे पाणावले नव्हते. मी ते दृश्य वाचून दाखविताच विनायकरावांच्या डोळ्यांत पाणी उभे राहिले. ते मला म्हणाले, 'हे तुम्ही लिहिलंत तरी कसं?'

४

बाबूराव माझ्याकडे आले नसते तर केवळ पत्राने मी कधीही कथा लिहायला तयार झालो नसतो. त्यांच्या आग्रहामुळे व माझ्या भिडस्त स्वभावामुळे मी कथा लिहायचे मान्य केले. समोर बसलेल्या माणसाला अनादर देणे मला कठीण जाते. मात्र ते कथा लिहिताना व लिहिल्यावर मी मनात म्हणत होतो, 'गाजराची पुंगी वाजली तर वाजली नाहीतर मोडून खाल्ली'. तो काळ 'कांचनमृग', 'उल्का', 'दोन ध्रुव' इ. कादंबऱ्यांच्या लोकप्रियतेचा होता. धोबी, ड्रायव्हर असे श्रमजीवी साक्षर लोकही माझ्या कादंबऱ्या वाचतात याची मला कल्पना होती, पण आपल्या देशातल्या प्रचंड लोकसंख्या असलेल्या निरक्षर जनतेपर्यंत त्या पोहोचणे शक्य नव्हते. सामाजिक समस्या मांडणाऱ्याला दृश्य माध्यमे अधिक उपयुक्त ठरतात याची जाणीव 'शारदा', 'हाच मुलाचा बाप' इ. नाटकांनी मला विद्यार्थीदशेतही करून दिली होती. तो नाटकांचा पडता काळ होता. तेव्हा चित्रपटाच्या माध्यमानेच निरक्षर लोकांपर्यंत पोहोचता येईल हा विचार मुख्यत: माझ्या मनात घोळत होता. पैशाचा प्रश्न त्यामानाने दुय्यम होता. त्या काळच्या वृत्तपत्रांत चित्रपट, चित्रपट कंपन्या, त्यातल्या नटनटी वगैरेंविषयी आजच्या इतके नसले तरी बरेच काही बाही छापले जात असे, पण अशा मजकुराच्या वाचनाची मला गोडी नव्हती. चित्रपटातल्या नट-नट्यांविषयी ज्या खऱ्याखोट्या वार्ता प्रसिद्ध होत असत, ज्या केव्हा कानी पडत, त्याविषयीही मला कुतूहल नव्हते. जशा पूर्वीच्या नाटकमंडळ्या, तशा आता या चित्रपटकंपन्या असा माझा सरळ हिशेब होता. मी हंसकरिता कथा लिहीत आहे हे प्रसिद्ध होताच एका प्रसिद्ध दैनिकाचे संपादक माझ्याकडे आले व मला म्हणाले, 'भाऊसाहेब, तुम्ही कुठल्या भयंकर मंडळींशी संगत करीत आहात याची तुम्हाला कल्पना आहे का?' मी त्यांना एवढेच उत्तर दिले, 'मी पळण्याच्या बाबतीत तरबेज आहे. आपण भलत्या मंडळीत येऊन पडलो आहोत असे मला वाटले तर माझ्या या कलेची चुणूक मी त्यांना दाखवीन.'

५

विनायकरावांच्या ठिकाणी दिग्दर्शक या नात्याने वसत असलेल्या विविध गुणांचा परिचय त्यावेळी लोकांना फारसा नव्हता हे खरे आहे. पण 'छाया' लिहायचे कबूल करतानाच मी मनाशी ठरवलं होतं, की हा चित्रपट अयशस्वी झाला तर पुन्हा

चित्रपटाच्या वाटेला जावयाचे नाही. त्यावेळी माझ्या मनात अनेक कथा-कादंबऱ्यांची बीजे नित्य थैमान घालत असत. चित्रपट हे दृश्यमाध्यम म्हणून आपल्याला जे सांगायचे आहे ते सांगण्याकरिता त्याचा उपयोग करता येतो की नाही एवढेच मला पाहायचे होते. विनायकरावांचे कलागुण त्यावेळी लोकांना पुष्कळसे अपरिचित होते. पण छायाचित्रकार म्हणून पांडुरंगराव नाईकांनी आणि अभिनेता म्हणून बाबूराव पेंढारकरांनी चांगला लौकिक मिळविला होता, पण त्या लौकिकाला कारणीभूत झालेल्या कलाकृती मला अपरिचितच होत्या. माझे चित्रपट क्षेत्राबद्दल ज्ञान इतके अगाध की श्री. पांडुरंग नाईक या नावाचा मला प्रथम परिचय झाला तो बाबूरावांच्या व माझ्या पहिल्या भेटीत.

६

'छाया'चे कथानक माझ्या एका संकल्पित कादंबरीचे होते. त्याचा आराखडा थोडक्यात मी कोल्हापूरला कळविला होता. बाबूरावांनी तो पसंत करून विनायकरावांना पुण्याला पाठविणे असे सांगितले होते. 'छाया'तला प्रकाश हा कवी आहे असे न दाखवता तो चित्रकार आहे असे दाखवावे अशी काहीतरी कल्पना त्या कादंबरीच्या मुळाशी असलेल्या कथाबीजामुळे माझ्या मनात घोळत होती, पण 'छाया' लिहिण्यापूर्वी अगदी दोन-तीन महिन्याआधी प्रकाशित झालेल्या कोल्हापूर सिनेटोनच्या 'भिखारन' या हिंदी बोलपटात विनायकरावांनी चित्रकाराची भूमिका केली होती. त्यामुळे 'भिखारन'च्या कथानकात प्रकाशला चित्रकार करण्याची कल्पना सोडून द्यावी लागली. तो कलावंत आहे हे मी मुळातच गृहीत धरले होते. विनायकरावांच्या काव्य व संगीत यांच्यावरील प्रेमाची मला थोडीशी कल्पना येताच प्रकाशला कवी करणेच अधिक इष्ट असे मला वाटले. चर्चेमुळे ते लिहिता लिहिता मूळ आराखड्यात बरेच बदल झाले पण मुख्य कथा मात्र अभंग राहिली.

७

'छाया' लिहिण्यापूर्वी सिनेमा तंत्रावरील एकही पुस्तक मी पाहिले नव्हते. पुढे दुसऱ्या कथा लिहिताना पुण्या-मुंबईच्या पुस्तक विक्रेत्यांच्या दुकानात असे एखादे पुस्तक आढळले तर ते मी विकत घेई. कसेबसे वाचून टाकी. अशा पुस्तकांचा मला कधीच काही उपयोग झाला नाही. कथा-कादंबरीप्रमाणेच चित्रपटाच्या लेखनतंत्रात

मला कधी फारसा रस वाटला नाही. मंत्रामागून तंत्राने आले पाहिजे ही माझी या बाबतीतली भूमिका.

८

'छाया'चे कथालेखन तीन आठवड्यांत पूर्ण झाले. ते जानेवारी १९३६ ला संपून मी त्या कामातून मोकळा झालो. चित्रीकरण करताना आवश्यक वाटले तर ते बदल विनायकराव व जुन्नरकर यांनी केले. कथा लिहून पूर्ण झाल्यावर मी ती पुढे जुलैत मुंबईला पाहिली. मध्यंतरी फक्त गाण्यांच्या चाली घेणे व गाणी तयार करवून देणे एवढेच काम मी केले... सर्व मिळून कथा वाचन कधीच झाले नाही. विनायकरावांना व जुन्नरकरांना कथा एकंदरीत आवडली एवढे मला पुरे होते.

९

पटकथा (सिनेरिओ) विनायकराव व जुन्नरकर यांनी मिळून लिहिली.

१०

चित्रपटातील दृश्ये म्हणजे नाटकातले प्रवेश नव्हेत याची स्थूल जाणीव मला होती. त्यामुळे संवाद शक्य तेवढे छोटे व सूचक असावेत एवढी दक्षता घेण्याचा मी प्रयत्न केला, पण विनायकराव व मी दोघेही साहित्यप्रेमी. सुंदर वाक्यांचा मोह सोडून देणे आम्हा दोघांनाही कठीण होई. तथापि 'छाया'तल्या संवादांना मी नाट्यसंवादाचे स्वरूप कधीच येऊ दिले नाही.

११

'छाया'तील गीते मीच लिहिली. 'अंधार पडे जाई चोहीकडे' या कवितेच्या काही ओळी मात्र बोरकरांच्या आहेत. छाया व प्रकाश यांच्यातल्या आकर्षणातील वाढ सूचित करण्याकरिता एक दृश्य मी लिहिले होते त्यातील 'नादात बोलसी जे

शब्दात सांग बाले' ही कविता बोरकरांची होती. त्याला उत्तर म्हणून जी कविता निवडली होती ती त्यावेळी बोरकरांप्रमाणेच प्रकाशात येत असलेले गोमंतकीय कवी कीर यांची 'नि:स्तब्ध रहा आता प्रणया' या चरणाने प्रारंभ होणारी कविता होती, पण चित्रपट लांब होतो म्हणून ते दृश्यच कापले गेले. प्रेक्षकांच्या कानांवर त्या दोन कविता कधीच पडल्या नाहीत. संगीत-दिग्दर्शक म्हणून अण्णासाहेब माईणकर हे प्रथमत: आले होते. 'चल लगबग शुभघटिका', 'धावू नको रे घननीळा', 'कंपित का तव काया?' या गीतांच्या चाली त्यांच्या होत्या. ते मध्येच निघून गेल्यामुळे विनायकरावांनी नुकतेच दिवंगत झालेले वसंत देसाई यांना माझ्याकडे आणले. 'श्याम माझा पाहिला', ' ललना ना' या गीतांच्या चाली देसायांच्या. मला गीतांविषयी आत्मविश्वास नव्हता म्हणून मी बाबूरावांना सांगितले, की एक गाणे मी लिहितो ते तुम्हाला पसंत न पडल्यास श्री. गोविंदराव टेंबे यांना गीताविषयी विचारावे. पहिले गाणे मी लिहिले ते 'चल लगबग शुभ घटिका' ते सर्वांना आवडले. 'छाया'मध्ये कथानकाच्या गंभीर प्रकृतीमुळे मोजकीच गाणी घालायची याबद्दल प्रथमपासून सर्वांचे एकमत होते.

१२

'छाया'च्या मुहूर्ताच्या समारंभाला मी हजर होतो की नाही हे आठवत नाही. कारण १९३५-३६ हे सारे वर्ष उपचाराकरिता पुण्याला येणे व परत शाळेसाठी शिरोड्याला जाणे अशा हेलपाट्यांतच गेले असावे. मुहूर्त कोणत्या दृश्यावर झाला ते श्री. पांडुरंगराव नाईक सांगू शकतील.

१३

'छाया'च्या चित्रीकरणाच्यावेळी एकाच सेटवर मी हजर असल्याचे मला आठवते. तो म्हणजे 'चल लगबग शुभ घटिका' या गाण्याचे चित्रीकरण. या सेटवर मी गेलो तेही मला चित्रीकरण पाहण्याची हौस होती म्हणून नव्हे. माझी पत्नी, तिची बालमैत्रीण असलेल्या मधूताई आठल्ये (या सध्या घटप्रभेच्या कर्नाटक आरोग्यधाममध्ये डॉक्टर आहेत.) आणि डॉ. भडकमकरांच्या घरातील काही मंडळी यांना चित्रीकरण पाहायची उत्सुकता होती म्हणून. ती सारी रात्र विनायकरावांनी आम्हाला जागवले. कुठलाही शॉट मनपसंत झाल्याशिवाय त्यांना चैनच पडत नसे. 'एका कोळियाने

एकदा आपुले' या एकेकाळी प्राथमिक पुस्तकात असलेल्या कवितेची आठवण व्हावी असे त्यांचे काम चाले.

१४

कै. नी. गो. पंडितराव हे एक हुषार साहित्यप्रेमी व बाबूराव, विनायकराव यांचे भक्त असे बी. ए. चे विद्यार्थी यांनी होली क्राइम (Holy Crime) अशा इंग्रजी शब्दांनी 'छाया'चा मध्यवर्ती विषय सूचित करण्याचा प्रयत्न केला होता. पुढे 'छाया' प्रकाशित झाल्यावर उलटसुलट पुष्कळ टीका झाल्या. त्यात होली क्राइम म्हणजे पवित्र गुन्हा या शब्दप्रयोगाचा पुन:पुन्हा उल्लेख होई, पण जाहिरातीची व्यवस्था कोणाकडे होती व ती कशी केली जात होती याविषयी काही माझ्या ध्यानात नाही.

१५

'छाया' प्रकाशित झाला तेव्हा मी शिरोड्याला होतो. शाळा नुकतीच सुरू झाली होती. दिवस पावसाळ्याचे होते, पण बाबूरावांची एक-दोन आग्रहाची पत्रे आली म्हणून मी मुंबईला गेलो. तिथे 'मॅजेस्टिक'मध्ये त्यांच्याबरोबरच तो पाहिला. नाटककाराला किंवा चित्रपट-कथाकाराला आपली पात्रे समोर वावरताना पाहून लहान मुलासारखा आनंद होतो. ध्यानीमनी नसलेले एखादे सुंदर स्वप्न पडावे आणि ते स्वप्नच प्रत्यक्षात आपल्यापुढे साकारून उभे राहावे तसे काही क्षण वाटते. तो आनंद मलाही झाला. मात्र डॉ. अतुल-बाबूराव, कवी प्रकाश–विनायकराव, प्रकाशची बहीण कला– रत्नप्रभा आणि प्रकाशची प्रेयसी व अतुलची पत्नी छाया या चार प्रमुख भूमिकांपैकी अतुल ही भूमिका म्हणजे माझ्या कल्पनेतला अतुल शंभर टक्के मूर्तिमंत होऊन आला आहे असे वाटावे इतकी सजीव झाली होती. इतर तीन भूमिकांत थोडा ना थोडा कच्चेपणा होता. कथा पडद्यावर पाहताना तिच्यातले काही गळलेले दुवे माझ्या लक्षात आले. कादंबरी म्हणून 'छाया' लिहिली गेली असती तर ज्या गोष्टी अधिक सुसंगत आणि परिणामकारक सांगता आल्या असत्या, अशा गोष्टींचा अगदी पुसट उल्लेख काही ठिकाणी झाला होता पण एकंदरीत विनायकरावांनी चित्र मोठ्या कल्पकतेने घेतले होते. शीलविक्रय याचा जो प्रसंग प्रेक्षकांपुढे कसा ठेवला जाईल व त्यांच्याकडून तो कसा स्वीकारला जाईल याविषयी मला धाकधुक वाटत होती. तो प्रतिकात्मकरीतीने विनायकरावांनी अत्यंत सूचक व काव्यात्मक

केला. डॉ. अतुलच्या संवादांना त्याच्या हातातल्या शस्त्रक्रियेच्या शस्त्रांइतकीच जी धार मला हवी होती ती विनायकराव व बाबूराव या दोघांनी बरोबर ओळखली होती. त्यामुळे चित्रपटाला रंगत आली. डॉ. अतुलच्या भूमिकेत बाबूराव परंपरागत खलपुरुषाच्या पठडीतून मुक्त झाले. प्रथमश्रेणीचा 'कॅरॅक्टर ॲक्टर' बनले.

१६

पवित्र गुन्हा हे या चित्रपटाचे नाव कधीच ठरले नव्हते. जाहिरातीत ते प्रथम वापरले गेले.

१७

कवीश्वर यांची टीका माझ्या वाचनात त्यावेळी आली नव्हती, पण पुण्यात दोन-तीन दिवस चित्रपटावर कडाक्याची चर्चा झाली. उलटसुलट मते व्यक्त झाली. प्रतिकूल टीकेचा सारा रोख शीलविक्रयाच्या कल्पनेविरुद्ध होता, पण ज्याप्रमाणे 'छाया'वर प्रतिकूल टीका झाली त्याप्रमाणे तिचे कौतुकही झाले. खोट्या खोट्या सुखान्ताला चटावलेल्या प्रेक्षकांना हा धक्का देणारा शोकान्त न पटणे स्वाभाविक होते, पण मला मानवी जीवनातल्या एका दाहक सत्याकडे समाजाचे लक्ष वेधायचे होते याचे काम त्या चित्रपटाने केले. १९३६ च्या उत्कृष्ट बोलपट कथेचे पारितोषिक 'छाया'ला मिळाले यावरून सुजाण प्रेक्षकांना ही कथा आवडली हे उघड होते. ती आवडणाऱ्यांपैकी अनेकांची एकच तक्रार होती. चित्रपट पाहून घरी गेल्यावर मन बेचैन होते. झोप येत नाही. मन या 'छाया' विषयाचाच विचार करू लागते. माझ्या दृष्टीने ती तक्रार म्हणजे हे एक प्रशस्तिपत्रकच होते.

१८

१९३६च्या ऑगस्ट-सप्टेंबरच्या सुमाराला शाळेला जात असताना रस्त्यावर मला थांबवून पोस्टाच्या शिपायाने एक तार माझ्या हातात मला दिली. ती बाबूरावांची होती. त्यात कथेला गोहर गोल्ड मेडल मिळाल्याबद्दल माझे मन:पूर्वक अभिनंदन होते. गोहर गोल्ड मेडल हे काय प्रकरण आहे याची कल्पना नसल्यामुळे मला

तारेतल्या तुटपुंज्या शब्दांचा अर्थ कळला नाही. तो खुलासा पत्राद्वारे करून घ्यावा लागला. पुढे यथाकाल ते सुवर्णपदक माझ्याकडे आले. ते सध्या माझ्याकडे नाही. १९३७ च्या ऑगस्टमध्ये माझी पहिली मुलगी मंदा जन्मली. तिच्या बाळलेण्याकरिता पत्नीला ते मी मोडायला सांगितले.

पहिलं पाऊल : भाषांतर

घरि एकच पणती मिणमिणती

१९२८ साली 'रंकाचं राज्य' हे माझं नाटक प्रकाशित झालं. आपण लेखक व्हावं, पुस्तकावर ग्रंथकर्ता म्हणून आपलं नाव छापून यावं, ही माझी बालपणीची इच्छा सफल झाली. पुढं हळूहळू कथासंग्रह, कादंबऱ्या, लघुनिबंध संग्रह वगैरे वाङ्मयीन अपत्यांची घरात गर्दी होऊ लागली. मुलं नसलेल्या बाईनं बाळमुख पाहण्यासाठी झुरावं– पण एकदा मुलं होऊ लागल्यावर दरवर्षी तिला जुळं व्हावं, तशी काहीशी माझी स्थिती झाली. अशा रीतीनं दहा-वीस पुस्तकांचं मातृपद माझ्याकडं आल्यावर त्यांच्याविषयीचं माझं वेडं वात्सल्य ओसरू लागलं. बालपणीच्या स्वप्नातला बालिशपणा ध्यानात आला. मात्र लेखक या दुर्मिळ प्राण्याविषयी आदरभाव निर्माण करणाऱ्या ज्या अनेक गोष्टी मनात रुतल्या होत्या, त्यातली एक तशीच मूळ धरून राहिली. ती गोष्ट म्हणजे परभाषेत भाषांतरित होणाऱ्या पुस्तकांविषयी वाटणारा दबदबा!

श्रीपाद कृष्ण कोल्हटकरांनी 'मराठी कथात्मक वाङ्मय' या आपल्या निबंधात हरिभाऊंच्या कादंबऱ्यांविषयी लिहिताना मातृभाषेतल्या लोकप्रियतेबरोबर भाषांतर, देशांतर आणि कालांतर अशा पुस्तकांच्या गुणसंपन्नतेच्या कसोट्या सांगितल्या आहेत. विद्यार्थिदशेतच त्या कसोट्या मी अवती-भवतीच्या वाङ्मयाला लावून पाहू लागलो. माझी मोठी निराशा झाली. मराठीतल्या अग्रगण्य लेखकांपैकी कुणाच्याही पुस्तकाचं अन्य भाषांत भाषांतर झाल्याची वार्ता त्याकाळी सहसा कानी पडत नसे! इंग्रजीच्या सार्वत्रिक पगड्यामुळं आपल्या प्रतिभावंतांची उपेक्षा होत आहे की अन्य भाषांतील रसिकांना आकृष्ट करायला मराठी ललितकृती असमर्थ आहेत, याचा उलगडा काही केल्या मला होत नसे. साहजिकच साहित्यकृती दुसऱ्या भाषेत जाणं

हे लेखकाच्या मोठेपणाचं फार मोठं गमक आहे, अशी कल्पना माझ्या मनात नेहमीच तरंगत राहिली.

मराठीत माझी पुस्तकामागून पुस्तकं प्रसिद्ध होऊ लागली तरी आपल्या एखाद्या पुस्तकाचं अन्य भाषेत भाषांतर होईल असं १९३५ पर्यंत माझ्या स्वप्नातसुद्धा आलं नाही. माझ्या लेखनातली वैगुण्यं मला नेहमीच तीव्रतेने जाणवत. भाषांतरित होण्याची लायकी ही पायरी फार वरची; तिला पाय लावण्याची पात्रता आपल्या ठिकाणी नाही अशी माझी प्रामाणिक समजूत होती पण माझ्या पत्रिकेतल्या ग्रहांनी– म्हणजे झपाट्यानं बदलणाऱ्या कालचक्राने– मी केलेलं हे स्वत:चं मूल्यमापन खोटं ठरवलं. १९३८ नंतर एक-दोन गुजराथी लेखकांनी माझ्याशी पत्रव्यवहार करून एक-दोन पुस्तकांच्या भाषांतराची परवानगी मागितली. मी ती आनंदानं दिली. मात्र माझं असं एखादं दुसरं पुस्तक अन्य भाषेत गेलं तरी निरनिराळ्या भाषांत माझ्या कथा, कादंबऱ्या भाषांतरित होतील आणि गुजराती व तमिळ वाचक मराठी वाचकांइतकंच माझ्यावर प्रेम करतील असं भविष्य त्यावेळी मला कुणी सांगितलं असतं तर मी त्याला सरळ ठाण्याचं तिकीट काढून दिलं असतं! पण माझ्या मनी मानसी नसलेलं हे सारं घडलं मात्र खरं! प्रथम बडोद्याहून श्री. गो.ग. विद्वांस यांनी 'क्रौंचवध'च्या गुजराथी अनुवादाची परवानगी मागितली. तो अनुवाद आर. आर. शेठ आणि कंपनी या मुंबईच्या प्रसिद्ध गुजराती संस्थेने प्रकाशित केला. एवढ्यावरच हे प्रकरण थांबलं नाही. एके दिवशी शेठ आणि कंपनीचे चालक श्री. भुराभाई शेठ आणि माझे अनुवादक श्री. गोपाळराव विद्वांस अचानक कोल्हापूरला येऊन दाखल झाले.

मी त्यावेळी खासबागेत राहत होतो. त्यावेळेपर्यंत मराठीत प्रसिद्ध झालेली आणि पुढं प्रसिद्ध होणारी माझी सर्व पुस्तकं– विशेषत: कथा, कादंबऱ्या– भुराभाईंना गुजराथी अनुवादांसाठी हवी होती. आपली पुढली पुस्तकं कोणती असतील आणि ती कितपत चांगली उतरतील याविषयी मी काही सांगू शकत नव्हतो. फुरसं चावल्यामुळं प्रकृतीच्या नानाविध तक्रारी मला सतत सतावीत होत्या. साहजिकच पुढची ग्रंथ-निर्मिती होण्याच्या आधी आपला ग्रंथ आटपेल की काय अशी कुशंका माझ्या मनात अनेकदा येऊन जाई, पण मला वेडावणारी ही भीती भुराभाईंच्या गावीही नव्हती. उलट माझ्या पुढच्या पुस्तकांविषयी ते अधिकच आशावादी दिसले. मी भाड्याच्या घरात राहत आहे हे कळताच ते मला म्हणाले, 'तुम्ही स्वत:चा बंगला का बांधत नाही?' मी हसून उत्तरलो, 'बंगला बांधायला पैसे कुठनं आणायचे?' भुराभाई माझ्यापेक्षाही मोठ्याने हसले आणि उद्गारले, 'पैसे मी देतो. तुमच्या गुजराथी अनुवादातून मी ते फेडून घेईन.' 'घेईन' ते ज्या आत्मविश्वासाने हे बोलून गेले तो त्यांनी कुठून पैदा केला होता कोण जाणे! गुजराती माणसाच्या रक्तात व्यापारी परंपरेमुळं जे साहस मुरलेलं असतं तेच भुराभाईंच्या बोलण्यातून प्रगट झालं

असावं, पण मी पडलो मराठी मातीनं घडवलेला माणूस. त्यातही मध्यमवर्गातला. कुठल्याही प्रकारच्या व्यावहारिक साहसाची तोंडओळख नसलेला! आपल्या हातून पुढं चांगलं लेखन झालं नाही किंवा दुबळ्या प्रकृतीमुळं आपला मृत्यू लवकर ओढवला तर भुराभाईंचं देणं आपल्या बायका-मुलांना फेडता येणार नाही या भीतीनं मी भुराभाईंच्या उदार सूचनेचा स्वीकार करू शकलो नाही.

माझे गुजराती अनुवादक श्री. गो. ग. विद्वांस यांचं घराणं मूळचं महाराष्ट्रीय. मात्र दोन-तीन पिढ्या गुजरातेत गेलेल्या, पण घरचा व्यवहार मायबोलीत चालत असल्यामुळं मराठीशी अतूट संबंध राहिलेला. गोपाळराव वृत्तीनं सात्त्विक आणि रसिक. साहित्यभक्ती त्यांच्या रोमारोमात भिनलेली. जीवनाच्या प्रारंभकाळीच गांधीजींच्या विचार-प्रणालीचा प्रभाव पडून सार्वजनिक कार्याकडे आकृष्ट झालेल्या गोपाळरावांनी बालशिक्षण, राष्ट्रीय शिक्षण इ. कार्यात मनसोक्त रस घेतला आहे. साहित्यातल्या सौंदर्यगुणांची आणि संस्कार-सामर्थ्याची जाण त्यांना फार चांगली आहे. गेल्या पंचवीस वर्षांत कथा, कादंबऱ्या, रूपककथा, लघुनिबंध वगैरे मिळून माझी सुमारे तीस पुस्तके गोपाळरावांनी गुजरातीत अनुवादित केलेली आहेत. या पुस्तकांना गुजरातेत लोकप्रियता मिळवून देण्यात माझ्या या प्रेमळ आणि रसिक अनुवादकाचा फार मोठा वाटा आहे. माझ्या गुजराती कथा-कादंबऱ्यांच्या अनेक आवृत्त्या निघाल्या. गुजरातेत माझी पुस्तके घरोघर वाचली गेली. पाकिस्तानात गेलेल्या पण गुजराती मातृभाषा असलेल्या विद्यार्थ्यांकडून मला व्याख्यानांची निमंत्रण आली. इतकेच नव्हे तर माझ्या पुस्तकांचे अनुवाद प्रसिद्ध होऊ लागले त्यावेळी ते वाचून व्याधिग्रस्त स्थितीत जिला आनंद मिळाला अशा एका अंथरुणाला खिळलेल्या प्रौढ गुजराती स्त्रीनं 'मी तुम्हाला भेटू शकत नाही पण डोळे मिटण्यापूर्वी माझा हा आवडता लेखक मला पाहायला मिळाला तर मी स्वत:ला धन्य समजेन.' अशा अर्थाचं पत्र मला पाठवलं.

विद्वांसांसारखा कुशल अनुवादक मिळाला नसता तर पैसा आणि कीर्ती यांच्यापेक्षा दुर्मिळ असा हा आनंद माझ्या वाट्याला आला नसता.

आत्मस्तुती म्हणून नव्हे तर मराठी आणि गुजराती माणसांच्या मनोवृत्तीतला मजेदार फरक म्हणून एक आठवण सांगण्याजोगी आहे. माझी पंधरा-वीस पुस्तके गुजरातीत अनुवादित होऊन लोकप्रिय झाल्यावर काही गुजराती साहित्यप्रेमी मंडळींनी मुंबईत माझा सत्कार केला. या कार्यक्रमाच्या अध्यक्षस्थानी प्रख्यात गुर्जर साहित्यकार श्री. ज्योतींद्र दवे होते. माझे प्रकाशक भुराभाईही त्यादिवशी उपस्थित होते. गुजराती वाचकांना माझ्या पुस्तकांनी दिलेल्या आनंदाची पावती त्यादिवशी मला मिळाली. ते ऐकून संकोची स्वभावामुळं माझी स्थिती बालविवाहांच्या काळातल्या चिमुकल्या नवरीसारखी झाली. उत्तराच्या भाषणात मी म्हणालो, 'माझ्या लेखनातले दोष मला

नेहमीच जाणवतात. जे मला अभिव्यक्त करायचं असतं; त्याला मनासारखं रंगरूप देताना माझी शक्ती अनेकदा अपुरी पडते असा मला अनुभव येतो. तथापि माझ्या वाङ्‌मयातल्या वैगुण्यांकडं दुर्लक्ष करून गुजराती रसिकांनी माझ्यावर केलेल्या प्रेमाच्या वर्षावाबद्दल मी कृतज्ञ आहे. माझे प्रकाशक भुराभाईशेठ समोर बसले आहेत. त्यांनी आपुलकीने मला गुजराती महाद्वार उघडून दिलं नसतं, तर गुजराती वाचकांच्या या प्रेमाला मी मुकलो असतो.' माझे हे उद्‌गार ऐकून श्री. ज्योतींद्र दवे हसले आणि म्हणाले, 'खांडेकर विनयानं काहीही सांगोत, त्यांनी एक गोष्ट पक्की लक्षात ठेवावी. गुजराती मनुष्य हा पुरापुरा व्यवहार जाणणारा माणूस आहे. गुजराती वाचकांनी विकत घेऊन वाचावं असं काही खांडेकरांच्या पुस्तकांत नसतं तर भुराभाईंनी ती कधीच प्रकाशित केली नसती!'

गुजरातीत माझी पुस्तकं अनुवादित व्हायच्या आधी कानडीत 'दृष्टिलाभ' या नावाने एक कथासंग्रह आणि 'दोन ध्रुव' ही कादंबरी अशी दोन पुस्तके प्रा. इनामदार यांनी भाषांतरित केली होती. पुढे काही वर्षांनी 'क्रौंचवध'चाही कन्नडमध्ये अनुवाद झाला. मल्याळीत वैद्यकीय व्यवसाय करणाऱ्या एका तरुणाने 'रिकामा देव्हारा' व 'सुखाचा शोध' या दोन कादंबऱ्यांचे अनुवाद केले. दुर्दैवानं हा रसिक अनुवादक अकाली कालवश झाला. मल्याळीत या कादंबऱ्यांच्या अनेक आवृत्त्या निघाल्या. १९६१ साली दिल्लीत साहित्य अकादमीचे साहाय्यक चिटणीस असलेले श्री. जॉर्ज यांच्याशी परिचय होण्याचा योग आला, तेव्हा 'सुखाचा शोध' या कादंबरीची त्यांनी आठवण काढली होती. 'रिकामा देव्हारा' या कादंबरीच्या मल्याळी अनुवादावर आधारलेले एक नाटकही तिकडे लिहिले गेले. त्याच्या पहिल्या प्रयोगासाठी मी यावे असे निमंत्रण मला आले होते. प्रकृतीच्या कायमच्या प्रतिकूलतेमुळे घरकोंबडेपणा माझ्या अंगी खिळून गेला आहे. त्यामुळे मी हे निमंत्रण स्वीकारू शकलो नाही.

बंगालीत 'दोन ध्रुव' ही कादंबरी गेली ती एका विलक्षण योगायोगानं. रवींद्र चतर्जी किंवा असेच काही तरी नाव असलेला एक तरुण राजबंदी नाशिकच्या तुरुंगात आला होता. तिथं तो मराठी वाचायला शिकला. 'दोन ध्रुव' त्याच्या वाचनात आली. त्याला आवडली. सुटका झाल्यावर त्याने माझ्याकडे अनुवादाची परवानगी मागितली. हा अनुवाद प्रसिद्ध होण्याचा योग दीर्घकाळाने आला– अशी परवानगी दिली होती हे मी जवळ जवळ विसरून गेल्यावर– पण एके दिवशी अचानक बंगाली 'दोन ध्रुवा'च्या दोन प्रती माझ्याकडे आल्या. त्यातली एक प्रत मी मामा वरेरकरांना दिली होती. त्यांच्या मते हा अनुवाद समाधानकारक उतरला नव्हता.

सिंधीतही माझ्या अनेक कादंबऱ्या अनुवादित झाल्या आहेत. अलीकडेच मुंबईचे माझे स्नेही प्रा. वि. ह. कुलकर्णी यांनी एका पत्रात लिहिले होते, 'साहित्य संघातल्या कार्यक्रमाच्या वेळी एका सिंधी साहित्यिकाची गाठ पडली. तुमच्या

कादंबऱ्यांविषयी ते फार चांगलं बोलले. विशेषत: सिंधी महिलांत त्या फार प्रिय आहेत असे त्यांनी सांगितले.'

अशा स्थितीत माझ्या वाङ्मयाचे हिंदी अनुवाद होणं क्रमप्राप्तच होतं. माझे मराठी प्रकाशक देशमुख आणि कंपनी या संस्थेनं एक नवा उपक्रम म्हणून हे काम हाती घेतले. हिंदी प्रकाशनक्षेत्रात पाऊल टाकावे असा एक हेतू त्यामागं होता. मराठी मातृभाषा असून हिंदीचा उत्तम व्यासंग केलेल्या निरनिराळ्या लेखकांकडे पहिली पुस्तके देण्यात आली. 'उल्केचा' अनुवाद डॉ. प्रभाकर माचवे यांनी केला. 'अश्रू' राष्ट्रभाषेत श्री. गो. प. नेने यांनी अनुवादली, पण गुजरातीत लाभलेले यश या हिंदी अनुवादांना मिळाले नाही. पुढे श्री. र. रा. सरवटे यांनी काही अनुवाद केले. 'उल्का', 'क्रौंचवध' अशी दोन-चार पुस्तके त्यातल्या त्यात हिंदी वाचकांना आवडली, पण अनुवादातल्या काही कमतरतेमुळे इतर पुस्तके उपेक्षिली गेली की हिंदी प्रकाशक आणि पुस्तक-विक्रेते यांना परभाषेतील प्रकाशकाला आपल्या ओसरीवर जागा देणे इष्ट वाटत नसल्यामुळे त्यांनी याबाबत उदासीनता स्वीकारली, हे सांगणे कठीण आहे. जिथे स्वार्थाचा प्रश्न उद्‌भवतो तिथे सारी उदात्त तत्त्वे विसरली जातात. हा अनुभव व्यवहारात सर्वत्र येतो– नद्यांच्या पाण्याच्या वाटपापासून राज्यांच्या सीमा निश्चित होण्यापर्यंत. प्रकाशनाचे क्षेत्र तरी त्याला अपवाद कसे होणार? स्पर्धा केवळ राजकारणात किंवा व्यापारातच असते असं नाही, जिथे जिथे सत्ता, संपत्ती अथवा अन्य काही लाभदायक गोष्ट हाती येण्याचा संभव असतो, तिथं तिथं स्पर्धा अपरिहार्यपणे निर्माण होते. देशमुख आणि कंपनी पुण्यात, तिच्या पुस्तकांचं गिऱ्हाईक उत्तर भारतात! त्यामुळंही हे घडलं असेल! कारणे काहीही असोत, हे हिंदी अनुवाद, गुजराती किंवा तमिळ अनुवादांच्या मानाने मागे पडले आहेत असे मला वाटते. आपल्या या खंडप्राय देशात रहदारीच्या रस्त्यावरले आणि आगगाडीच्या मार्गावरले पूल बांधून त्याची एकात्मता साधता येणार नाही. जातिभेद, भाषाभेद, प्रांतभेद, संस्कारभेद अशा नाना प्रकारच्या भेदभावांनी दुरावलेल्या माणसांच्या मनांना जोडणारे आणि त्यांच्या भावनांना एकरूपता देणारे खंबीर पूल आपल्याला हवे आहेत. साहित्याच्या उत्कृष्ट अनुवादकांच्या रूपानंच ते निर्माण झाले पाहिजेत. माझं मोठं सुदैव, म्हणून गुजरातीत गोपाळराव विद्वांस, आणि तमिळमध्ये का. श्री. श्रीनिवासाचार्य हे अनुवादक मला लाभले.

या सत्कार-प्रसंगी तमिळ मंडळींनी एक चांदीची प्रतिमा आम्हा तिघांना भेट म्हणून दिली. ती मूर्ती दक्षिणेत देवद्वारी सर्वत्र असते असं मी ऐकलं आहे. हातात दीप घेऊन उभ्या असलेल्या एका शालीन तरुणीची ती प्रतिमा आहे. ती पाहताना माझ्या मनात आलं, 'घरि एकच पणती मिणमिणती' ही कविता ज्या भावनेनं मी लिहिली, ती जीवनाच्या सर्व क्षेत्रात सदैव तेवत राहिली पाहिजे हेच खरं. प्रकाशदान–

अंधारातून प्रकाशाकडं नेणं– हे साहित्याचं एक प्रमुख कार्य आहे. आपल्या हातातल्या पणतीनं काळोख कितपत उजळतो किंवा ती पणती बाहेरच्या वादळ-वाऱ्यात किती वेळ टिकाव काढते याची चिकित्सा कुणी करीत बसू नये. क्षणभर का असेना, पुढं टाकायच्या एका पावलापुरता का होईना, त्या पणतीनं आपल्या प्रकाशाने वाट दाखविली पाहिजे, तरच तिच्या जीवनाचं सार्थक! हे खरं नसतं तर त्या दिवशी माझ्याविषयी बोलताना एका तमिळ वक्त्यानं पुढील उद्गार काढले नसते, 'खांडेकर महाराष्ट्रीय आहेत, हे आमच्या खेड्यापाड्यातल्या माणसांना खरंच वाटत नाही. त्यांच्या कथा-कादंबऱ्यांच्या तमिळ वाचकांची अशी समजूत आहे की खांडेकर तमिळनाडूचेच आहेत. ते तमिळनाडूतच कुठल्या तरी खेड्यात राहत असावेत.'

संदर्भ

१. मी वाङ्मयाकडे का आकर्षित झालो? – अप्रकाशित

२. मी लेखक कसा झालो? – अप्रकाशित

३. माझ्या आयुष्याचा माझ्या लेखनावर परिणाम – साप्ताहिक सकाळ,
(१७ एप्रिल, १९३४).

४. पहिलं पाऊल : उमेदवारी – 'ते दिवस, ती माणसे' मधून.

५. पहिलं पाऊल : काव्य लेखन – 'ते दिवस, ती माणसे' मधून.

६. पहिलं पाऊल : टीका लेखन – वैखरी (एप्रिल, मे, जून, १९७०).

७. पहिलं पाऊल : कथा लेखन – हंस (दिवाळी अंक नोव्हेंबर, १९४९).

८. पहिलं पाऊल : वक्तृत्व – वैखरी (ऑक्टोबर, नोव्हेंबर, डिसेंबर, १९६९).

९. पहिलं पाऊल : संपादन – वैखरी (एप्रिल, मे, जून, १९७१).

१०. पहिलं पाऊल : लघुनिबंध लेखन – 'एका पानाची कहाणी' मधून.

११. पहिलं पाऊल : पहिलं पुस्तक (नाटक) – ललित (नोव्हेंबर, १९५९).

१२. पहिलं पाऊल : कादंबरी लेखन – वसंत (दिवाळी अंक नोव्हेंबर, १९४९).

१३. पहिलं पाऊल : रूपककथा – 'कलिका' प्रस्तावनेतून.

१४. पहिलं पाऊल : पटकथा लेखन – अप्रकाशित (जया दडकरांच्या 'एक लेखक
एक खेडे' साठी दिलेली प्रश्नांची उत्तरे).

१५. पहिलं पाऊल : भाषांतर – वैखरी (जानेवारी, फेब्रुवारी, मार्च, १९७०).

www.ingramcontent.com/pod-product-compliance
Lightning Source LLC
LaVergne TN
LVHW020005230825
819400LV00033B/1008